Leynidagbókin mín um ást og losta

Áletrun

Bókartitill: Leynidagbókin mín um ást og losta
Höfundur: Hannah Paxton

Höfundur: Hannah Paxton
Tengiliður: jeetfacts1@gmail.com

Leynidagbókin mín um ást og losta

Skrifað af
Hannah Paxton

Indlandi
2024

INNIHALD

KAFLI 1

27. júlí 1967

Ég man vel eftir fyrstu ástinni minni, Hugo (Hugo Cardot?). Klukkan fimm gæti brosið hans gert fæturna mína veikburða jafnvel þá! Við vorum saman allt sumarið þar til foreldrar mínir fluttu okkur út á land þar sem við fengum annan hund sem ég nefndi Hugo; á þeim tíma fannst mér það niðurbrotið að besti vinur minn væri farinn frá mér og það braut hjarta mitt.

Hugo, hundurinn okkar, eignaðist fljótt vini. Þar sem ég eyddi mestum tíma mínum í að ganga með hann í taumnum var óhjákvæmilegt að ég hitti önnur börn í bænum - eins og Söru með rauðhært hár og freknur; Clara aðeins eldri systir hennar; Matheo (aldri Hugos) sem þótt feiminn var ekki sambærilegur við upphaflega hrifningu mína en fangaði samt ímyndunarafl mitt með bláu augunum sínum sem stóðu í algjörri andstæðu við svarta lokka hans; eykur þannig hugsanir mínar um hann oftar og oftar.

Sarah varð fljótt besta vinkona mín og með Matheo og systur Söru, Matheo, mynduðum við óviðjafnanlegan kvartett, áður en Leon, slátraradrengurinn, bættist í raðir okkar sumar síðar. Þó Leon væri næstum 10 og að minnsta kosti tommu hærri en við kom hann vel saman við okkur litlu þar sem hann var ekkert sérstaklega klár; um leið og allt varð spennuþrungið var hann yfirleitt einn sem fór fyrst!

Hugo kom minna og minna í hug eftir því sem tíminn leið; en stundum þegar ég sat einn á rúminu mínu að leika mér með dúkkur eða dagdreymandi einn velti ég fyrir mér hvað hefði verið ef við hefðum ekki hreyft okkur; hvort ég og Hugo hefðum kannski tekið þátt í rómantík og gift okkur.
Veit Hugo af því ennþá? Í fyrstu skildi ég ekki hvað "að elska" þýddi; það eina sem ég vissi er að það hljómaði lokkandi og mig langaði ólmur að "elska" Hugo. Nýlega giftist ég Emmu Clement eins og ég ímyndaði mér að ég og Hugo gerðum einu sinni. Emma var yndisleg í brúðarslæðu sinni sem var unnin úr gömlu gardínuefni og Clement var flottur í svörtu buxunum sínum með valfrjálsan trefil í stað þess að hafa einhverja karlmannsboli tiltæka fyrir okkur. Emma var alltaf heimilisleg og beið spennt eftir því að Klemens kæmi annað hvort úr hesthúsinu, uppskerunni eða gistihúsinu til að færa honum mat. Áður fór hún í falleg nærföt áður en hún fór í föt. Mamma sá þetta einu sinni þegar við fengum heimsókn á meðan pabbi sótti traktorakaupstefnu.

Emma og Clement urðu fjölskylda mín þegar þau eignuðust bangsabarnið sitt frá Þýskalandi sem afi gaf mér að gjöf. Fyrir fjögurra ára stelpu var spennandi að setja dúkkurnar mínar saman eins og fullorðið fólk; Clement þurfti alltaf að vera á toppnum á meðan fætur Emmu breiddu út eins og Clement væri að elska eins og fullorðið fólk - eitthvað sem foreldrar mínir urðu vitni að eitt kvöld á sumrin þegar þau héldu að ég væri þegar sofandi en þegar einn koddi undir kjól Emmu sýndi fréttirnar!

Matheo færði mér vönd af túnblómum sem hann hafði tínt sjálfur á fimm ára afmælinu mínu - það var í fyrsta skipti sem nokkur strákur gaf mér blóm og það er enn glæsilegasta gjöfin mín síðan! Ég mun aldrei gleyma því! Mamma var mjög snortin að sjá Matheo, klæddan í stuttbuxur og hvíta skyrtu eins og venjulega er gert á sunnudögum við kirkjusókn, í stuttbuxum. Mér til skammar tók ég blómin hans að áeggjan móður minnar, kyssti hann á kinnina og færði þau aftur. Varir mínar loguðu af hita eins og andlit okkar; í vandræðum skiptumst við varla á orðum fyrstu 30 mínúturnar í garðveislunni minni. Guði sé lof að Sarah og systir hennar komu til að rjúfa óþægilega þögnina. Útlit frá Matheo fullvissaði mig um að þessi fyrsti koss yrði áfram litla leyndarmálið okkar.

Clara hafði þegar rómantískan áhuga á þeim tímapunkti; hann hét Bernard og gekk í skóla einum bekk fyrir ofan Clara sem myndi brátt byrja á þessu ári. Ég fann fyrir smá öfund þar sem Bernard var svo aðlaðandi strákur - eins og Hugo var hann líka ljóshærður með sólbrúna húð. Enginn í okkar hópi gat hlaupið hraðar eða kastað lengra en hann; það var sama hver það var sem þú varst að berjast gegn honum (jafnvel Leon gat ekki fylgst með!), auk þess sem Bernard gat synt betur en ég í litlu tjörninni okkar í bænum! Þar að auki var Bernard fyrsti drengurinn sem ég sá nakinn; jafnvel þótt óviljandi sé þessi upplifun ógleymanleg!

Einn morguninn í sumarfríinu vorum við Sarah úti að tína ber í skóginum í nágrenninu þegar við hittum Clöru og Bernard á reiðhjólum í átt að tjörn í nágrenninu. Bernard stakk upp á að við færum saman í sund; Við Sarah samþykktum strax eftir að Clara var enn að íhuga að vera með. Hljópum heim aftur og klæddumst fljótt í sundfötin áður en við tróðum á eftir Clöru á gamla hjólinu hennar mömmu þar til við komum að Clöru.

Ég og Sarah tróðum á meðan hin sat ofan á farangursgrindunum okkar, tróðum í gegnum lavender akra með hárið sem blés í golunni þar til við komum að Clöru sem beið á teppinu sínu og las upphátt, stolt af sjálfri sér fyrir að hafa þegar lesið þrátt fyrir að þurfa að segja upphátt hvað hver stafur. átt við. Sarah gretti sig aðeins þegar Clara

varð reið yfir því að Sarah henti óvart handklæði í bók Clöru sem sló hana á nefið; hlæjandi leitaði ég athvarfs á bak við þéttar greinar af grátvíðum til að skipta um föt áður en ég hélt áfram ferð minni til baka í gegnum lavender-akra þar til við komum að Clöru sem sat á teppinu sínu og las upphátt það sem hún vissi að hún vissi þegar gæti lesið en þurfti ekki hjálp við að lesa sjálf upphátt sjálf á meðan Sarah gerði það á meðan Sarah las upphátt hvað stafirnir þýddu á meðan hún sagði upphátt hvað stafir þýddu upphátt þar til við náðum til Clara á síðustu stundu þegar ég skipti um föt á bak við nokkrar þéttar hangandi greinar af grátvíðir grátviðir til að skipta um föt fyrir kl. áfram ferðina til baka í gegnum lavender-akrana þar til við komum að tjörninni þar sem Clara sat þar og las upphátt enn og aftur á meðan við fórum til að skipta um föt á réttum tíma til að hitta mig, eftir það gerðum við rétt áður en við skildum Söru eftir þar sem við komum þar voru þegar beið þarna á sæng þegar lesið of mörg orð en þurfti að segja það upphátt eins og venjulega áður en hún sýndi henni að lesa upphátt... Sarah gretti sig og henti bókinni óvart og sló Clara í nefið var þegar að lesa upphátt í þetta skiptið... hoppaði upp reiðilega þegar ég fór í skjól á bak við þéttar hangandi greinar af grátandi víðigreinum sem grátandi víðigreinar og grátandi víðigreinar sem veittu nægan felum.

Undir vernd þeirra fjarlægði ég kjólinn minn og var að leita í gegnum töskuna mína að sundfötunum mínum þegar það heyrðist skyndilega þruskhljóð á bak við limgerði sem tók andann úr mér. Að standa augliti til auglitis með jafnnöktum dreng sem var með ekkert annað en armband var nóg til að fá hjartað á hausinn; það eina sem gat stoppað var að stara á þennan litla meðlim á milli fóta Bernards... og samt einhvern veginn enn í dag heillar þessi litli hluti mig meira en nokkur önnur hlið. Þrátt fyrir að Bernard virtist áhugalaus í fyrstu, heilluðu viðbrögð hans mig að lokum svo mikið að enn í dag hugsa ég um meðlim hans!
Næstu vikurnar, í hvert skipti sem ég lék mér við dúkkufjölskylduna mína - föður, móður og barn - og setti Emmu og Clement inn í dúkkurúmið mitt, sá ég Bernhard klæddan fyrir augun á mér og sá sjálfan mig eftir því að Clement ætti ekki slíkt. óaðlaðandi eiginleiki.

1. ágúst 1968

Nokkrum mánuðum áður en við fluttum til landsins fæddist Marcelle litla systir mín. Um leið og móðir mín kom aftur frá heilsugæslustöðinni og ég sá Marcelle í fyrsta skipti vissi ég að hlutirnir yrðu aldrei eins aftur - þrátt fyrir að mig langaði í sárlega bróður, þá snérist þetta allt um þetta öskrandi barn í stað þess að vilja fá minn eigin bróður aftur. Jafnvel faðir minn var orðinn sífellt upptekinn af umhyggju fyrir þessari

grátandi stúlku; oft seint í vinnu eftir vinnutíma í yfirvinnu til að passa þetta barn í stað þess að reyna að komast undan sífellt öskri öskrandi sjálfur - eitthvað sem mamma hélt því fram að væri nauðsynlegt vegna þess að við þyrftum meiri peninga vegna Marcelle; þó að þetta virtist meira eins og eitthvað sem hann vildi einfaldlega - jafnvel sem afsökun ekki sem afsökun ekki.

Í fyrstu missti ég af Hugo þegar við fluttum með ömmu og afa frá borginni til Provence; þó var hér meira pláss en í borgaríbúðinni okkar; Afi og amma lögðu mikla áherslu á að passa mig; og Hugo og ég gæti reikað um engi og skóga ásamt Hugo. Áður hafði ég ekki séð annað en bíla, götur og mold; nú skein sólin á hverjum degi yfir gróskumiklum ökrum fullum af alvöru dýrum sem eru ekki í búrinu á bak við rimla eins og í dýragörðum: Á bænum afa og ömmu voru svín, tvær kýr, einn hani auk lausagönguhænna sem Hugo elskaði að elta eftir með skottið á milli fótanna!
Matheo átti líka terrier að nafni Frida sem var á sínum aldri og þótti gömul kona. Fríðu fór vel með Hugo þrátt fyrir að Fríða gæti ekki lengur veidað hænur eins oft og vildi frekar að ég klóraði sér í loðna kviðinn. Við Matheo sátum oft saman í garðinum hans, horfðum á hundana hans berjast eða horfðum á skýin fara yfir höfuðið, stundum spurðum ég hvort ég sæi hestahausa í þeim, eða hvers vegna sólin skein stundum jafnvel þegar regndropar féllu - sem ég myndi svara vegna regnbogans!

Horfir hugsandi á ský sem líktist meira líffæri en dýrshaus.
Sarah játaði fyrir mér einn daginn að hún elskaði Matheo; þetta kom ekki á óvart þar sem síðan við fluttum hafði ég ekki upplifað sömu undarlegu tilfinninguna og ég gerði með Hugo. Á meðan Matheo líkaði betur við mig og hundana okkar, hélt Sarah áfram að reyna að vinna hann; Matheo vildi samt leika við okkur en Söru og fór oft eftir nokkrar mínútur þegar Sarah kom í heimsókn. Þegar við vorum fimm ára vorum við enn með allt framundan!

Sarah hafði ekki vitað um koss minn með Matheo á afmælisdaginn minn; við deildum öllum leyndarmálum okkar, en þetta var ekki eitt sem var mikilvægt fyrir mig á þeim tíma. Matheo hafði heldur ekki reynt að kyssa mig aftur stuttu síðar.

Eins og oft tíðkaðist, sátum við Matheo lúin í heystafla afa míns og dreymdum í laumi um framtíðarlíf okkar sem fullorðin. Hann tilkynnti skyndilega að hann ætlaði að giftast mér strax og teygði sig í höndina á mér eins og það væri raflost. Ég var óviss hvað ég ætti að gera og beið þangað til Matheo lokaði augunum skyndilega áður en ég reyndi að berja mig með munninum í staðinn, sem varð til þess að ég hætti strax á

meðan ég fann blóðið streyma í andlitið á mér áður en ég stökk hratt upp og yfirgaf hesthúsið án þess að segja annað orð frá honum!

2. október 1968

Ég hafði ekki séð Matheo í langan tíma. Það var næstum eins og hann væri að forðast mig, en þegar við hittumst aftur létum við eins og ekkert hefði í skorist; þó hann hafi kysst mig oft seinna. Sumarið var að renna upp þegar Clara byrjaði í skóla; Við Sarah áttum enn eitt ár áður en við byrjuðum í vinnu eða í skóla án þess að hafa áhyggjur eða stress - að spila uppáhaldsleikina okkar: skoppar gúmmíkúlur, búa til hárkransa úr smjörbollum eða hjóla á geit stóra bróður Söru voru meðal þeirra!

Leon, slátrari drengur Leons, reyndi að hjóla Mörtu geitinni en datt fljótt af baki vegna þess að hann var of stór og þungur fyrir dýrið. Geitin Marta velti sér af sjálfri sér og braut framháfurinn á meðan á þessari tilraun stóð, scm varð til þess að faðir Leóns lét slátra henni af Söru grátandi í þrjá daga og bróðir hennar hótaði okkur ef við riðum einhvern tímann á öðru dýri hans aftur.

Sarah hafði engan áhuga á að eyða meiri tíma með Leon, svo eftir Matheo gaf seinni strákurinn okkur pláss. Það truflaði okkur ekki þar sem við hlógum allan daginn að röfla um engi eða leika við tjörnina á þessum síðustu hlýju dögum síðsumars. Af og til rákumst við á Bernard sem af skömm yfir því sem hafði gerst á bak við limgerði við vatnið gat ég ekki horft beint í augu hans þegar við hittumst óvænt bak við limgerði. Bernard hjálpaði oft föður sínum í hesthúsinu eftir skóla, en þegar hann gat sloppið naut hann þess að hanga í garðinum okkar og þykjast bíða eftir Clöru. Ég hafði mjög gaman af honum - sérstaklega vegna þess sem ég sá týnt á milli fótanna hans; alveg síðan þessi martraðarkennda sjón hefur fylgt mér! Auðvitað hafði ég séð stráka létta sig með breiðum geislum áður en aldrei hugsað um hvað það gæti hafa verið; Ég og Sarah ákváðum að við yrðum að rannsaka nánar leyndarmál Bernards!

Það mátti heyra fliss á milli okkar þegar við krummuðumst niður og byrjuðum að pissa, svo fór eitthvað á milli Bernards og mín að vekja forvitni mína; Ég byrjaði að fylgjast með öllum strákunum í kringum mig til að átta mig á því hvenær maður myndi snúa sér við með litla orminn sinn og pissa á hann.

Bernard hafði samt ekki endurgoldið góðvild mína, en hann eyddi æ meiri tíma með mér án þess að spyrja um Clöru eins og hann gerði venjulega. Sarah tók eftir þessari breytingu og minnkuðu framboði mínu; ásamt systur Söru töldu þeir mig einn daginn

um að hitta Bernard einn, vöruðu við því að það gæti leitt til þess að missa Clöru - ég lofaði að ég myndi ekki gera það vegna þess að ég óttaðist að missa Clöru; Allavega var Bernard ekkert sérstaklega áhugaverður fyrir mig; frekar minnti hann mig mjög mikið á Hugo (sem Bernard minnti þá báða), samt urðu Sarah og systir hennar ómetanlegir bandamenn fyrir mig á þessum fundum - og héldum saman þangað til!
Fyrir tilviljun, skömmu eftir að geitin mín var farin, birtist Hugo aftur skömmu síðar. Mamma fór með mig inn í borgina í ferðalag og við lentum aftur í gamla íbúðarhúsinu okkar. Hugo stóð eðlilega í dyrunum á lítilli tóbaksbúð á neðri hæðinni og veifaði til mín - nánast óþekkjanlegur síðan hann var orðinn fullorðinn, með sína merku stráhatt eins og svo margir strákar í landinu okkar; aftur fann ég þennan kunnuglega tog í hjarta mínu þegar ég sá hann.

Veturinn var okkur börnunum alltaf sérstakur og í ár kom hann snemma og lagði hvítan snjó yfir bæinn okkar vikum saman. Á hverjum morgni heyrði maður skraf og skraf á götunni; fólk ruddi gangstéttir fyrir framan húsin sín á meðan ég lá andvaka og beið þar til birta kæmi svo við gætum farið út á vatnið með nýja skauta frá jólunum; á svo þykkum ís var meira að segja hægt að stytta leiðir með hesti og vögnum til nágrannabæja!

Matheo hafði gert daginn minn enn ánægjulegri þar sem misheppnaður koss okkar hafði farið út um þúfur; þar sem við höfðum hist nokkrum sinnum síðan, oft fyrir tilviljun eða virtist eins og það, stundum með því að fylgjast með mér þegar við komum heim úr kirkjunni eða borgarstarfinu og stóðum yfirleitt við hliðið okkar eða hjálpuðum afa að heyja í hesthúsinu. Þó að við töluðum sjaldan beint saman, sagði ég honum stundum frá því hvernig lífið í borginni var á meðan hann skemmti mér stundum með áræðni meðal karla í þorpinu hans til að heilla konur - þó Matheo væri of ungur til að taka þátt - kannski í dag myndi hann fylgja Söru. , systir hennar, ég og við að skauta saman yfir yfirborð þess saman eins og áður!
Amma mín sagði alltaf að uppáhalds peysan mín, sú rauða með sínum hátíðlegu dúmpum, passaði fullkomlega við dökkljósu lokkana mína og amma hafði sagt mér hvað dökkljósu lokkarnir hans afa voru fallegir við hana. Að auki var einnig notaður hvítur dúnjakki með sængurfötum; og loksins fullkomnuðu bobble hatturinn minn með pompomnum útlitið mitt. Að hlaupa í gegnum kaldan gola með allan þennan fatnað var frábær skemmtun: að horfa á andann hækka á meðan ég lét eins og ég hafi reykt í laumi.

Sarah var klædd í græna vetrarsamsetningu með rauðri peysu efst og krafðist þess að við hittumst.

Við Marcelle systir mín klæddum okkur stundum eins; rauða hárið og græn augu minntu mig meira á hana en mig, samt elskaði hún að klæðast grænum hlutum enn meira en ég; gnægð hennar af grænum fötum gerði það að verkum að það var ómögulegt að finna hana þegar við lékum okkur í felum eða tökum í skóginum; en í dag, á skýjuðum degi, myndi hún verða sýnileg á meðan ég yrði áfram ósýnilegur.

Matheo var öðruvísi. Það var greinilegt að honum þótti bara vænt um mig, hunsaði tilhugalíf Söru og hjálpaði mér upp þegar ég féll yfir eigin fætur. Hann gat skautað nokkuð vel, miklu betur en ég þá en líka einu ári eldri en ég. Leon forðaðist vatnið; Allt frá því að hann hrundi á ísveiðum með föður sínum þegar hann var á mínum aldri og drukknaði næstum á meðan hann var að veiða einn (sumir segja meðvitundarlaus í nokkrar mínútur!), hefur hann skorast undan því að treysta hvers kyns ísvirkni með öllu - að minnsta kosti hingað til!

Hugo var greinilega stjörnuleikarinn okkar: hann hljóp við hlið okkur allan daginn, renndi sér á maganum yfir ísinn og gelti þegar við köstuðum snjóboltum í hann. Sumir eldri þorpsbúar léku sér í krullu á þar til gerðum svelli; þegar hundurinn minn eltist á eftir markpúkinu og ýtti honum frá sér með nefinu þá ollu þeir okkur smá sorg yfir því að hundurinn okkar elti hann og ýtti honum í burtu aftur með nefinu! Síðdegis Sarah á hægri hönd, ég á vinstri hönd og Matheo á milli.

Matheo stendur á milli mín og Söru; Mér líkar mjög vel við hann en kýs Söru meira, sem skilur eftir sektarkennd þegar hann heimsækir mig. Okkur finnst oft gaman að hjóla í gegnum vorið sem er að koma upp eða hjálpa ömmu að búa til garðbeð saman; stundum kemur Matheo jafnvel með kökur eða blóm frá ferð sinni sem hann tíndi sjálfur, en þegar ég tilkynni Söru um athafnir okkar bregst hún neikvætt við og fer að gráta þegar Matheo segir frá þessu! En alltaf þegar ég segi Söru frá þessum athöfnum bregðast þau ókvæða við og fara stundum jafnvel að gráta þegar Matheo sagði henni að hann hefði ekki tíma þegar ég var með mér...

Eins og gerðist með Bernhard hefur Clara valdið vandræðum á milli okkar. Þar sem Bernard líkar ekki við hann heldur, þá getur Sarah skilið þá ákvörðun mína að fara ekki eins mikið út með Matheo - þegar allt kemur til alls erum við vinir, jafnvel þótt maður vilji síður félagsskap hans en ég. Þegar ég spurði hvað pabba mínum fyndist um Söru, yppti hann bara öxlum og svaraði að það væri allt í lagi - þó ég þagði þessar upplýsingar því ef Sarah vissi það hefði hún líklega farið að gráta einu sinni enn. Maman sagði mér að ég ætti að eyða meiri tíma með þeim báðum, en hvorki Sarah né Matheo vilja það og nú er ég gáfaðri en nokkru sinni fyrr. Clara og Bernard unnu vel,

en ég óttast að Matheo muni ekki hugsa eins mikið um Söru ef við hættum að hittast lengur - þess vegna hef ég verið að leika meira við aðrar stelpur í hverfinu og Leon undanfarið til að eyða ekki of miklum tíma ein með Matheo.

Leon reyndi að kyssa eina af nágrannastúlkum okkar, Cloe. Cloe stökk allt í einu upp með skelfingarbroti áður en hún hljóp rauð í framan. Leon hló en spurði mig hvers vegna Cloe væri í uppnámi; Ég vissi hvers vegna, þó ég kunni að meta blíðlega nálgun hans með því að þvinga munninn hans ekki beint á andlitið á mér - fyrsta reynsla mín af því að hafa aðeins einu sinni verið kysst af Matheo á aðra kinn og fannst það fallegt. Upp frá því myndi það bara gerast stundum og aldrei af krafti eins og Leon hafði gert með Cloe.

Leon var ekki einhver sem ég vildi kyssa heldur; hann gat verið frekar grófur og klaufalegur þegar hann lék við okkur stelpurnar, reyndi að fyrirskipa allt sem við gerðum og refsa öllum sem voru ósammála með því að kýla þá í handlegginn eða taka leikföngin frá þeim.

Cloe var sex ára, dóttir eins vinkonu afa og ömmu úr bændasamfélaginu og virtist oft veikur og föl, með hörhár og húð sem glitraði eins og pergament í sólarljósi. Hún var oft með dökka bauga undir vatnsbláu augunum og virtist þunglynd; einu sinni þegar hún hellti safa á buxurnar sínar á meðan hún lék sér og tók þær úr til að þvo, sá ég dökkbláa bletti birtast á lærum hennar, sem fékk mig til að spyrja hvað hefði gerst - skömmu síðar streymdi blóðið upp í andlitið áður en hún dró buxurnar til baka án þess að frekara samtal - settu svo aftur buxurnar aftur, játaði að hún hefði dottið, áður en hún lokar fljótt án þess að meira sé minnst á það aftur!

Móðir mín tilkynnti mér nýlega um brottför Cloe með móður sinni. Mér til vantrúar minntist Cloe aldrei á að flytja og svo virðist sem hún hafi farið án þess að kveðja; reyndar vorum við náin og töluðum oft um að fara saman aftur í skólann. Hvers vegna hvarf hún skyndilega á einni nóttu? Hugsanlega gerði veikindi það nauðsynlegt; Engu að síður höfðu engin svör komið til mín og vonandi myndi Cloe einn daginn skrifa mér aftur.

20. maí 1969 Strákar geta verið skrítnir. Ég hefði getað byrjað margar dagbókarfærslur mínar með þessari yfirlýsingu; Einn viðburður sem stendur sérstaklega upp úr var þorpsmessan okkar í maímánuði þar sem básahaldarar og hringekjumenn frá nærliggjandi bæjum komu og létu tímann standa í stað fyrir okkur börnin í sjö daga af stanslausri skemmtun! Ég og Sarah ætluðum í margar vikur hversu mikið af

bómullskonfekti, sykri eplum eða ristuðum möndlum við myndum framleiða, sem og hvaða ferð yrði nýtt á þessu ári. Strákar voru stoltir af því hversu oft þeir gátu velt sér á sveiflu skipsins eða staðið upp á meðan þeir hjóluðu í himna- og helvítis lestinni; Bernhard átti metið með þremur veltum í röð sem Clara hrósaði sér oft af. Clara var sérstaklega stolt af því að vera eini nemandinn í bekknum sínum sem þegar átti rómantískan maka sem hún hélt í hendur með; Fyrsta ferð þeirra saman myndi valda mörgum hvíslum um bæinn.

Clara varð sífellt uppteknari á dögunum fyrir opnun hátíðarinnar. Fyrir hana snerist allt um hárgreiðslu og fataval; Ég og Sarah myndum stelast þegar við gátum til að leika okkur með Hugo eða Matheo sem virtist ekki hafa áhyggjur af því sem var að gerast: engin sveifluskipakeppni vinnur í ár eða hver veiktist fyrst á keðjuhringjum; fremur sat hann oft þegjandi nálægt og tuggði grasblöð eða kastaði prikum með Hugo.
Á opnunardaginn kom skreyttur bjórvagninn okkar og eigandi hátíðartjaldsins, sem keyrði bjórtunnur aftan að honum að hljómsveitarpalli staðarins okkar, og hvatti börn til að hlaupa við hliðina og syngja hátt með. Einstakir klúbbar klæddu sig upp og fylgdu í litlum hópum á eftir með föndurbera leiðandi skrúðgönguleiðina - þetta var alveg tilkomumikið sjónarspil!
Allt var fullt af hátíðarstemningu; meira að segja foreldrar mínir klæddu sig í sunnudagsfötin til að vera með í göngunni.

Clara klæddist hvítum kjól sem var toppaður með hettu og lét hárið stíla í tvö sniglaform, hélt þéttum höndum um Bernard og gekk hægt framhjá undruðum stúlkum í bekknum hennar Clöru eins og skrýtið gæludýr, brosandi í sífellu þegar hinir strákarnir glöddust. Bernard virtist þó síður skemmta sér en venjulega; kannski vegna þess að allir aðrir vinir þeirra stríða þeim og gera grín að þeim fyrir að vera svona miklir elskendur? Matheo glotti en gaf mér svo skrítið augnaráð eins og hann skammaðist sín fyrir að hafa hlegið; engu að síður hafði ég ekki áhyggjur; í staðinn var ég ánægður fyrir hönd Clöru og vongóður um að mæta í spennandi veislu sjálfur nógu fljótt!
En svo gerðist eitthvað sem ég get ekki útskýrt nákvæmlega: Á hverju ári safnaðist mikill mannfjöldi saman til að fylgjast með og gleðja manneskjuna sem beitir hamrinum á Hau-den-Lukas; Clara vildi líka fylgjast með en þegar hún spurði Bernhard hvort hann vildi nota sinn eigin hamar líka gegn Lukas var svar hans neikvætt. Ekki einu sinni bæn eða bæn Clöru gátu breytt því, og þegar nokkrir strákar stríddu honum og kölluðu hann huglausan hænu, reif Bernard sig strax frá Clöru og hvarf inn í mannfjöldann. Við leituðum ákaft að honum en enginn vina okkar hafði séð Bernard. Clara sagði okkur síðar grátandi frá því hvernig hann hefði skyndilega

slitið sambandi þeirra án þess að gefa neinar skýringar eða loka. Hann kom ekki aftur fyrr en daginn eftir þegar við fundum hann standa nálægt einum af sælgætisbúðunum okkar þar sem við stóðum venjulega. Clara harmaði við okkur hvernig hann hefði ekki gefið neinar ástæður fyrir því.

11. júlí 1969

Það sumar var þegar vinkona mín Clara upplifði sinn fyrsta ástarsorg og þegar ég fékk ástkæra uppstoppaða björninn minn Mr. Bee frá Eugenie frænku minni í afmælisgjöf. Upp frá því gat ég varla lagt hann frá mér; allt frá hesthúsum og kirkjuþjónustu, til kirkjulautarferða, til athafna við vatnið og kúra í rúminu allan daginn, hann yrði besti félagi minn; Sá sem spyr hver besti vinur minn væri myndi líklega benda á dúnkenndan feld Mr. Bee, stór svört perluaugu og mjúk eyru (aðeins trýni hans var sterkur).

Sama sumar byrjaði ég í fyrsta skipti í ballettkennslu. Kennari Clöru spurði hver hefði gaman af að dansa í bekknum hennar Clöru; Vegna skorts á stelpum í grunnskólabekkjum þeirra hittum við Sarah átta aðrar stúlkur úr þorpinu okkar á einum tímapunkti og undruðumst að kennarinn okkar sýndi okkur skrefaröð sem hún hafði ekki lært í skólanum ennþá; mamma hótaði okkur reglulega allt þetta sumar þar til við byrjuðum almennilega í skólanum; á hvaða tímabili myndi það breytast aftur!

Litla systir mín Marcelle elskaði að dansa. Um leið og tónlist fyllti loftið sneri hún sér við í krúttlega kjólnum sínum, rétti út handleggina, grenjaði af gleði og sneri sér aftur við þegar hún heyrði að hún væri ekki alveg nógu stór fyrir balletttímann ennþá. En þegar ég tilkynnti henni að hún væri ekki enn tilbúin í ballettnámskeið fór hún að gráta stjórnlaust á meðan hún greip ögrandi í pilsið mitt til að halda því þéttingsfast þangað til mamma kom inn og leysti Marcelle kröftuglega úr pilsinu mínu áður en hún bar hana inn á heimili okkar!

Sophie var ballettkennarinn okkar en kenndi einnig tónlist og íþróttir í skólanum hennar Clöru. Þegar kom að danstímum naut Sophie þó að deila náð sinni og náð með okkur - þó að fyrstu tilraunir okkar hafi stundum virst allt annað en þokkafullar eða þokkafullar!
Eftir klukkutíma tilraunir, verkjaði mig gífurlega í fæturna af því að standa á þeim, halda jafnvægi og snúa. Sophie veitti huggun með því að lofa að með æfingu yrði þetta auðveldara; til sönnunar að hún lækkaði sig niður í klofna stöðu á útréttum fæti með annarri hendinni sem styður annan fótinn á henni og fæturnir á mér voru meiddir bara af því að horfa!

Clare bætti sig fljótt á meðan við Sarah áttum í erfiðleikum með að klára allar eins fetar beygjur án þess að detta. Kannski var það vegna þess að Clare var einu ári eldri eða vegna þess að skólastrákarnir hennar horfðu í gegnum glugga í ræktina! Þvert á móti trúi ég að hún hafi vonað að Bernard myndi líka fylgjast með henni. Síðan við hittumst á sýningunni gaf hann okkur stelpunum nóg pláss. Annað slagið sá ég hann annað hvort í bakaríinu eða markaðnum þar sem foreldrar hans áttu bása - þó sjaldan talaði það. Í fyrstu vildi ég ekki að Clara væri nálægt honum af ótta við að hún fengi annað grátkast eða reiðisköst eftir sambandsslit okkar, en við vorum undrandi á æðruleysi hennar og glæsileika eftir aðeins vikur sem einn af okkar bestu ballettnemi.

Þvert á móti fannst mér eins og herra Bee væri að elska Emmu í stað Clement og hugsaði um Hugo, Matheo og Bernard þegar þetta atriði gerðist.

2. KAFLI

1. september 1969
Ég man vel eftir því þegar ég fylltist tilhlökkun kvöldið fyrir fyrsta skóladaginn minn. Þar sem ég lá vakandi í rúminu dreymdi mig um að vera í glænýja skólabúningnum mínum: hvítri blússu, bláu pilsi, hvítum sokkum og bláum skóm... Ég hafði búist við því að sitja með Söru og verða eitt af stóru krökkunum sem Clara þjónaði sem kennari fyrir - eitthvað Við Sarah höfðum gert reglulega á lestraræfingum undir stjórn Clara sjálfrar!

Áður en sólin var komin upp var ég þegar klædd og beið óþolinmóð eftir að foreldrar mínir vöknuðu - með herra bí í fanginu - þar til við komumst að lokum út um dyrnar og hittum hin börnin í skólagarðinum. Sarah var þegar þarna og beið spennt um leið og hún sá mig koma; hún veifaði ákefð í hvert skipti sem ég sá hana koma og spurði sífellt hvaða konu sem var að koma inn í bekkjargarðinn okkar hvort þessi manneskja væri nýi kennarinn okkar - ég vissi samt ekkert af nöfnum þeirra svo hélt áfram að leita í bekknum okkar að svörum á meðan hún fylgdist með bekkjarfélögum mínum sem ég vissi. kannast ekki við heldur!

Marie og Babette höfðu eytt mestum hluta sumarsins að leika sér saman eða baða sig í tjörninni ásamt Francis (son borgarstjóra), Claude Vivette Pascal Claude Vivette Pascal auk margra annarra sem við höfðum leikið okkur við í sumar eða baðað okkur í tjörninni. Allir brostu og töluðu spenntir þar til skólastjórinn okkar kom með foreldrum okkar til að þegja; Ég faðmaði herra Bee þétt að brjósti mér í von um að hann yrði ekki svona strangur þegar við byrjuðum í skólanum aftur.

Frú Dutroux var um það bil á aldrinum móður minnar og var ekkert sérstaklega ströng. Ásamt Sophie leiddi hún skólakórinn okkar og skipulagði árlega fæðingarleik í sókninni okkar. Stundum heimsótti hún okkur og færði mér sælgæti eða jólakökur úr litla húsinu þeirra rétt fyrir utan þorpið okkar.

Monsieur Dutroux var hrossaræktandi og veitti reiðkennslu. Ég hitti son þeirra Bernard í augsýn.
Fyrsta skóladaginn okkar þurftum við að teikna fjölskylduna okkar með litablýantum á hvít blöð og segja svo hinum börnunum frá okkur. Ég málaði foreldra mína Marcelle og ömmu að gefa kú; afi minn vann í hesthúsinu svo hann var sjónlaus; í staðinn

málaði ég hesthúsið hans við hliðina sem reykur steig upp úr á meðan ég veifaði frá herberginu mínu á efri hæðinni.

Maurice hló að því að húsið mitt væri of lítið fyrir allt þetta fólk sem býr saman, en frú Dutroux kom mér til varnar og útskýrði að það skipti engu máli svo lengi sem við kynnumst öll betur. Svo ég rak út tunguna að Maurice en það eina sem hann gerði var að hlæja og sýna mér gapandi tennurnar - sannarlega áhrifamikil sjón!
Eftir skóla flutti ég allt sem við höfðum upplifað, lært eða talað um á tíma okkar saman í skólanum til móður minnar. Ég sagði henni frá öllum hinum börnunum auk þess að frú Dutroux væri svo góður kennari; Okkur Söru langaði rosalega að vera með í kórinn; Maurice hló að mér en mamma sagði að það væru ekki nógu margir aðdáendur; samt einhvern veginn þýddi þetta ekkert fyrir mig.

Clara gat ekki lengur komið fram við okkur sem lítil börn; hún var bara einni bekk fyrir ofan okkur. Næstum allir í bekknum mínum kunnu þegar stafrófið og tölurnar allt að 1000; nú vorum við að læra reikning með því að tengja saman tölur í nýjar stærri - eitthvað sem Francis, sonur borgarstjóra var frábær í. Maurice stríddi Francis oft í bekknum með því að ýta honum eða taka frá honum nesti; einu sinni, þegar Maurice reyndi að berjast við Francis aftur, stóð ég í vegi hans svo hann ýtti mér svo fast til hliðar að ég féll hart niður á hnéð.

Francis nýtti sér þessa truflun og notaði hana sér til framdráttar með því að slá Maurice með hnefahöggi í magann og fljúga. Maurice tók um hálsinn á Francis og dró hann líka niður, þannig að við mynduðum þriggja manna bardagabolta sem fljótlega laðaði að sér aðra nemendur - sem og ég þrátt fyrir að hafa enga stjórn á honum. Þegar foreldrar okkar komust að því hvað við höfðum verið að bralla í frímínútum gaf faðir minn okkur öllum gífurlegt þrumuveður með þriggja daga jarðtengingu sem refsingu!
Ég var reiður út í Francis fyrir að neita að viðurkenna tilraunir mínar til að hjálpa Maurice; enn Maurice blikkaði mér áður en móðir hans greip í handlegg hans og leiddi hann út af skrifstofu skólastjórans.

Heim Ég læsti mig inni hjá herra Bee, Emmu og Clement í kennslustundir; þegar Clement gerði rangan útreikning í heimavinnunni sinni, ýtti herra Bee honum yfir. Maurice hafði gert eitthvað svipað við Francis fyrr um morguninn á meðan Emma horfði á; Maurice vann sigur með því að ýta Francis til hliðar á meðan Emma horfði á Maurice berjast gegn Francis af krafti; Maurice myndi seinna giftast Emmu á meðan sigurvegarinn gæti spilað uppáhaldsleikinn minn með Emmu: að elska! Herra Bee vann og lagðist ofan á hann af krafti - það var ekki fallegt en hann vann. Þegar Clement

gerði aðra villu í reikningstímanum sínum, var Mr. Bee tilbúinn með kröftugum aðgerðum til að ýta honum niður aftur.

Maurice gerði eitthvað svipað áðan með Francis á meðan Maurice gerði eitthvað svipað fyrr - þar sem Emma horfði á eins og Maurice gerði áður en Maurice gerði við Francis fyrr um morguninn á meðan Emma stóð vökul augu og horfði á utan frá - vann að lokum, giftist Emmu áður en hann giftist henni að lokum og giftist hana líka!

Emma var með fæturna breiða í sundur og settir við hliðina á Clement á gólfinu.
En í dag var öðruvísi; ólíkt vanalega skemmti ég mér ekki í leiknum okkar. Er pirruð á foreldrum mínum fyrir að hlusta ekki og vera ósanngjarn; auk þess að sjá ekki Söru í þrjá daga og missa af balletttíma. Svo ég ákvað að æfa sjálf; fara úr öllum fötunum. Á meðan hún var að æfa kom Marcelle að banka og þegar hún sá að ég var að æfa ballett kom hún æðandi inn; þegar hún sá æfinguna mína tók hún þátt í; fegin að í þetta skiptið hafði ég ekki rekið hana í burtu eins og venjulega.
Saman dönsuðum við á tánum með annan fótinn boginn og handleggina útrétta. Hoppuðum og hoppuðum þar til við urðum andlaus og hrundum örmagna niður í rúmið mitt, Marcelle skemmti sér konunglega á meðan ég gleymdi smám saman reiði minni við umheiminn. Þegar kvölda kom, hringdi mamma fljótlega í okkur í mat en þar sem við Marcelle vorum sveittar af dansinum fór ég með Marcelle inn á baðherbergið þar sem heitt bað með froðumyndun kom í kjölfarið til að við báðar gætu slakað á frekar áður en hún mætti í matinn.
Að lokum hjálpaði ég Marcelle að afklæðast og við klifruðum báðar í gufubað pottinn. Það var dásamlegt og sorgin fór að hverfa með hverri froðukúlu sem við hentum fram og til baka þar til allar froðukúlurnar á baðherberginu voru orðnar upp og flæddi yfir allt baðherbergið af litum.

3. janúar 1970

Ég hafði verið veikur í sex daga og sofið of mikið á gamlárskvöld. Á gamlársmorgun kom heimilislæknirinn okkar og skrifaði upp á mig þykkar pillur sem ég gat varla gleypt án þess að kafna; með 40 stiga hita og bólgna hálskirtla. Mamma útbjó uppáhaldsmatinn minn; Því miður gat ég varla borðað neitt þar sem ég var of þreyttur og þreytt til að reyna að borða neitt. Skólinn var hafinn aftur og Sarah kom með heimanám á hverjum síðdegi sem ég skildi eftir án eftirlits en hlakkaði í staðinn til að heyra allt um það sem hún hafði nýtt að segja en það sem mamma hafði eldað!

Vivette var niðurbrotin yfir því að foreldrar hennar hefðu ákveðið að skilja, sem útskýrði stöðugan grát hennar í bekknum. Sarah sagði mér frá því um jólin; skömmu síðar vissi allt þorpið. Foreldrar mínir ræddu það meira að segja um kvöldmatarleytið! Þótt ég þekkti og líkaði vel við Vivette, sló ástarsorg hennar í taugarnar á mér; þegar ég lá andvaka á nóttunni og hugsaði um hvernig eigin foreldrar mínir gætu skilið, fann ég sjálfan mig líka að gráta; varðandi Söru var ég ekki búinn að ákveða hvort ég ætti að vera hjá öðru hvoru foreldrinu.

Um leið og mér leið betur og ég fékk að fara út í einn klukkutíma á dag í snjónum, bað ég Söru og Vivette að koma að leika. Tíminn flaug hratt hjá okkur þremur; svo fljótt að Sarah kom með Vivette aftur inn í herbergið mitt stundum á eftir! Fljótlega urðum við vinkonur Vivette; þegar kom að því að ég fór aftur í skólann kom hún í línuna okkar við skráningu.

Ekki viss um að það væri vegna hita, en síðustu vikur hafði ég stækkað verulega. Núna næstum því jafn há og systir Söru og gnæfir yfir nokkra stráka í bekknum; jafnvel Matheo sem var á sama aldri og Clöru var styttri. Þannig að þetta gerði mig lengsta í klíkunni okkar ásamt Leon og Clöru.
Mamma fór með mig í bæinn til að kaupa nýja hluti; margir af kjólunum mínum voru of stuttir, skórnir pössuðu ekki alveg og buxnafætur enduðu of stuttir.
Þeir opnuðu nýlega stóra, nýja stórverslun sem innihélt nánast allt sem hægt er að hugsa sér á nokkrum hæðum, eins og eitthvað úr ævintýri. Það var sama hvert ég leitaði, ég uppgötvaði alltaf eitthvað nýtt - þangað til mamma varð of yfirþyrmandi og ákvað að setja mig niður á stól á meðan hún velur hluti fyrir mig sjálf.

Þennan sama dag fékk ég rauða úlpu sem stal strax hjarta mínu. Rauður hefur alltaf verið einn af mínum uppáhalds litum og þessi úlpa passaði eins og hún væri gerð fyrir mig; Þegar ég horfði í spegil fannst mér ég eldri. Mamma keypti líka nokkra hluti svo við tókum leigubíl til baka á lestarstöðina með öll innkaupin okkar frekar en að bera allar þessar töskur aftur með okkur; seinna sótti faðir minn okkur heim og kvartaði að við hefðum eytt of miklum peningum.

Því miður komumst við ekki framhjá gamla íbúðarhúsinu mínu að þessu sinni. Hve ég vildi að Hugo væri enn til að segja honum að ég væri í skóla; og senda honum bréf nú þegar ég var að læra að skrifa en vissi ekki lengur heimilisfangið hans; í staðinn spurði ég móður mína en þurfti fyrst að ná í tíma sem gleymdist; Francis gæti kannski hjálpað mér með reikninginn minn, fengið mig til að brosa á meðan ég hugsaði um Maurice sem myndi ekki una því að svo ólíklegur hópur tæki þátt í námstímanum mínum!

Marcelle var nú orðin fimm ára - á sama aldri og ég var þegar við komum til þorpsins okkar með foreldrum mínum. Hún var smávaxin með rauða lokka sem margir héldu að væri Söru. Eins og Clara gerði við mig, fór Marcelle oft með mér í skóla - lærði fljótt og leiðrétti herra Bee sem oft vissi lítið sem ekkert. Með Emmu og Clement stofnuðum við kennslustofu svo Marcelle gæti notað það sem hún hafði lært um morguninn!

Marcelle hélt upp á fimm ára afmælið sitt með því að fá reiðkennslu á bænum bekkjarkennarans okkar. Ég fylgdi þeim og Hugo, sem sýndi hestunum enga virðingu með því að gelta hátt á þá! Marcelle var í fyrstu mjög spennt að hjóla á einu af þessum risastóru dýrum en þurfti fyrst að læra að fæða, snyrta og þrífa hesthúsið áður en Monsieur Dutroux lyfti henni upp á einn af minni hestum sem hlupu í hringi með áföstum taumum og hún horfði undrandi niður. á mig að ofan!

Mér fannst gaman að sjá Marcelle, með pínulitlu fæturna sína varla að stigunum, ríða þessum hesti eins og kóngafólk. Í fyrstu virtist hún hrædd en í lok kennslustundarinnar voru tárin þegar hún neitaði að fara af stað! Monsieur Dutroux lofaði að þeir gætu snúið aftur hvenær sem væri og að hestur þeirra yrði gætt þangað til; því miður var þetta ekki hesturinn hennar Marcelle en hún kinkaði kolli hugrökk áður en hún gafst að lokum upp og var lyft af bakinu.
Heima, hún talaði endalaust um túnið, hestana og hesthúsið þar sem við hittum aðrar stelpur; hún sýndi okkur ferð sína þar sem hún hjólaði ein þar til faðir minn bar hana í gegnum eldhúsið okkar á fjórum fótum til að hætta að hjóla ein og halda áfram þar til pabbi bar hana á fjórum fótum aftur! Frá þeim degi bað hún foreldra okkar að leyfa okkur að hjóla aftur.

Brátt vorum við Marcelle aftur á leiðinni til Monsieur Dutroux.
Marcelle fékk kastaníuhestur fyrir jólin; það er það sem er almennt nefnt litlir hestar með rauða faxa eins og hárliturinn á systur minni. Marcelle átti erfitt með að bera nafn sitt fram; kallar hann héðan í frá Charlie eftir einu af börnum Dutrouxs.

Charles Dutroux var kynntur fyrir mér nokkrum vikum síðar þegar ég fylgdi systur minni aftur í reiðskólann. Á meðan hún var að steypa sér í einum salnum, var ég á reiki um hesthúsið þegar Charles kom brosandi út úr einum básnum og spurði mig hvort ég vildi ríða einum hestanna sem hann var nýkominn af - þegar ég gerði það ekki strax. segðu nei hann kom nær, tók í höndina á mér og leiddi mig inn í einn af kassanum sínum sem hann var kominn úr.

Charles útskýrði fyrir mér að ég væri að nálgast stóran svartan hest sem, við nánari athugun, stokkaði eirðarlaus klaufa sína og blossaði nasirnar taugaveiklaðar þegar ég fann fyrir smámynd við hliðina á honum. Charles strauk róandi á hlið hennar áður en hann gaf mér epli sem hesturinn greip samstundis án míns leyfis og sem ég lét falla í heyið með snörpum gráti áður en hann sleppti hendinni aftur í pokann á undirhliðinni. Á meðan Charles gaf þessari dularfullu veru að borða á meðan ég sá hvernig undarleg rör birtust út úr maga hennar sem héngu undir.

Vivette var leiðinlegt að yfirgefa bekkinn okkar þegar mamma hennar flutti eftir skilnað þeirra og settist að annars staðar með dóttur þeirra, svo mamma hennar stakk upp á því að við héldum kveðjuveislu heima hjá Vivette þar sem við gætum öll safnast saman áður en við kveðjum og bauð mér í fyrsta sinn. upplifun af dvalaveislu á einni nóttu í "skilnaðarhúsinu", heimilisfangi sem nú er vel þekkt um allan bæ. Foreldrar mínir voru ekki mjög ánægðir með þá hugmynd í fyrstu en samþykktu að lokum.

Þessa dagana fann maður sumarið koma sterkt; þó ekki eins heitt og búist var við. Við eyddum öllum síðdegistímanum í garðinum hennar Vivette að leika við hvort annað undir trjám eða vefa blómakransa með Hugo prik eða leika sér að sækja Hugo. Móðir Vivette bauð upp á kökur og te ásamt ávöxtum fyrir okkur á meðan á starfsemi okkar stóð, þar til Vivette stakk upp á að við færum öll í eina síðustu dýfu í sundlauginni hennar!

Vegna þess að við vorum ekki með sundföt fórum við úr fötunum okkar og eyddum tímum í að leika okkur í kyrrlátu vatni þar til meira vatn hafði safnast saman úti en inni í lauginni - á þeim tímapunkti kom mamma Vivette með handklæði til að þorna okkur með.

Í fyrstu sátum við í kringum lítinn varðeld til að þurrka okkur áður en við settumst til að steikja deig á löngum prikum yfir logunum. Þetta var milt kvöld þar sem krikket kvakaði á meðan Hugo hrokkin upp við fætur mína. Flest samtal okkar beindist að skólanum og bekkjarfélögum okkar; Vivette fannst Rene úr öðrum flokki aðlaðandi á meðan Söru var alveg sama um hann; Ég var að trufla Maurice sem lagði mig í einelti á meðan við vorum öll þrjú sammála um að strákar geta verið harðir.
Seinna í herberginu hennar Vivette sátum við saman á rúminu hennar og lékum okkur „sannleikur eða þor", verkefni sem okkur fannst öllum skemmtilegt.

Leon hafði sýnt okkur í bekknum hvernig allir voru að taka þátt í leik af þessu tagi, þar sem þú myndir játa eitthvað vandræðalegt úr lífi þínu eða leysa verkefni þegar það

myndi annars liggja í dvala. Leon tók aðeins þátt vegna þess að það gerði honum kleift að kyssa stelpur án ótta. Ég mundi strax eftir því að Matheo kyssti mig og ákvað að loksins væri kominn tími fyrir mig að deila sannleika mínum með vinum mínum um kynni okkar.
Sarah var agndofa á meðan Vivette virtist ánægð og fannst það afar rómantískt. Söru hafði verið skelfingu lostin, en Vivette fannst það líka frekar rómantískt; Vivette hafði líka kysst strák áður (að vísu aðeins frænda hennar undir veisluborði á fjölskylduhátíð), svo við héldum að það væri líka með. Ég kunni að meta aðdáun þeirra; nú þegar ég hafði ekki bara átt einn kærasta áður heldur líka tvo elskendur til að hringja í!

Matheo hafði verið fjarverandi um tíma; Samverustundum okkar síðan ég byrjaði í skóla hafði fækkað verulega og balletttímar mínir skildu lítinn tíma fyrir hann. Einmitt þegar ég hélt að Matheo gæti snúið aftur þegar Vivette stakk upp á því að æfa kyssa ef annar strákur reyndi það aftur með okkur. Við Sarah litum undrandi á okkur og vorum svo sammála um að vita hvað Vivette ímyndaði sér að myndi gerast næst. Rétt þegar ég teygði mig aftur eftir kossi Mr. Bee þegar Vivette lagði munninn á móti mínum í staðinn. Ósjálfrátt lokaði augunum mínum en undraðist samt hversu mjúkar varir hennar voru áður en hún flutti í burtu augnabliki síðar en ætlað var.

Marcelle hafði samstundis aðdráttarafl að Charles, eldri drengnum sem gat hjólað áreynslulausari en hún gat og þurfti ekki að ganga um í taumnum eins oft og hún gerði. Ég gat ekki neitað eigin hrifningu fyrir bæði hestaferðir og sonur bekkjarkennara míns; við urðum miklir vinir.

Þegar Marcelle fór að heimsækja hesthús Charles Dutroux reglulega tók ég að mér að taka hana þegar foreldrar okkar höfðu ekki tíma. Þar sem það var sumarfrí þýddi þetta að mæta einu sinni í viku fyrir Marcelle; þar myndu Charles eða faðir hans lyfta Marcelle upp á hestinn sinn á meðan ég gekk yfir Black Prince - þar sem ég hitti Charles!
Nú hafði ég hugrekki til að fara einn inn í hesthúsið hans með honum, þar sem ég gaf honum að borða og snyrta sjálfur. Stundum spjölluðum við bara á meðan Prince spennti upp eyrun eða þefaði af hendinni á mér - eitthvað sem hann vissi að þýddi nammi! Hins vegar kom eitthvað skrítið í ljós undir maganum á honum alltaf þegar ég meðhöndlaði Prince; Þegar ég spurði Charles um það einn daginn hló hann að mér!

Hann svaraði með glaðværu brosi og sló Prince djarflega á hliðina, en þá dró þessi húðlita túpa til baka. Yfirheyrslur mínar höfðu valdið slíkri vandræði að ég ákvað að snúa aldrei aftur; samt blikkaði Charles einfaldlega til mín og tók í höndina á mér, gaf í

skyn á dularfullan hátt að það væri eitthvað spennandi sem hann vildi að ég sæi og lofaði að þegar ég hikaði myndi hann sýna mér það samt!

Svo þegar ég var sjö ára upplifði ég náttúruna á þann hátt sem myndi halda áfram að grípa og koma mér á óvart um ókomin ár. Ég vissi ekki hvað Charles vildi sýna mér og fylgdi honum út úr hesthúsinu að vellinum þar sem tveir hestar stóðu með föður hans í opnum bás; einn var í taumi á meðan hann stóð frammi fyrir Monsieur Dutroux; á meðan ég þekkti einn.

Hann var stórkostlegur, sandlitaður stóðhestur að nafni Beautiful shoreline.
Svo á meðan við héldum í höndina á Charles, stoppuðum við aðeins metrum frá hestunum. Einmitt þegar ég velti því fyrir mér hvað Charles vildi sýna mér, þá var það aftur - í þetta skiptið á milli fóta Beau Rivage - ég sá slönguna sem Prince hafði sýnt mér birtast aftur - í þetta skiptið lengjast og lengjast áður en hún sveigðist fyrir neðan maga Prince til að verða þykkari með tímanum þar til hún verður loksins armslengdar stangir úr holdlituðum málmi í staðinn. Þegar ég leit upp á Charles starði hann áfram einbeittur á þennan holdlita stöng og glotti á meðan hann gerði það.

"Ég hélt að ég hefði bælt það sem gerðist næst í nokkurn tíma, en í hvert skipti sem ég sé karlmenn óklædda nú á dögum rifjast upp fyrir mér Beau Rivage og er þakklátur fyrir að ég er ekki meri. Hún byrjaði að dansa eirðarlaus fyrir honum á meðan hún var tekin í taum sem kom í veg fyrir sleppa Beau Rivage og vældi áður en hann reis upp á afturfæturna og setti sig á bakið á merinni, ég gat næstum heyrt hana stynja þegar faðir Charles hjálpaði til við að stýra hörðu slöngunni hestur, sem hélt ótrúlega kyrru á meðan Charles slepti honum síðar, sem leiddi til þess að mjólkurkenndur vökvi drýpur á gólfið í básnum. Ég vildi bara fara heim.

23. september 1970

Unga líf mitt var enn og aftur umturnað þegar 8. bekkur varð ólétt og myndi fæða fljótlega. Við Sarah laumuðumst leynilega inn í háskóla í nágrenninu í langa pásu okkar til að sjá þessa stelpu sem allir í bænum voru að tala um, samt virtust foreldrar okkar vera í uppnámi vegna þessa máls; þar sem 14 ára bekkjarbróðir okkar virtist þroskaður miðað við aldur miðað við aðra bekkjarfélaga sem við þekktum líf þeirra. Sögusagnir fóru á kreik um að frændi hennar gæti hafa farið illa með hana - þó ég hafi því miður aldrei heyrt neitt áþreifanlegt varðandi þessar ásakanir frá þeim orðrómi;

Í fyrstu vorum við systur mínar meira einbeittar að því hvað nákvæmlega þýddi að vera ólétt og orsakir þess en hvaðan eða hvernig við komum; þannig að sleppa öllum hugsunum um hvar eða hvernig barnið fór inn í magann á mömmu til að byrja með. Samt síðan þessi hörmulega upplifun í reiðskemmunni hef ég hugsað miklu meira um það sem ég sá þegar ég reyndi að koma á einhvers konar tengslum við einhvern í 8. bekk.

En þar sem Sarah vissi ekkert um þetta og okkur fannst við ekki geta spurt foreldra okkar beint, leituðum við til Klöru til að fá ráð. Hún roðnaði hins vegar þegar hún lýsti því hvernig karlmaður í kynlífsathöfn myndi stinga hananum sínum inn í raufina á konu meðan á ást stendur, sem myndi valda meðgöngu. Clara heyrði eldri stúlkur í búningsklefum íþróttahúsanna segja þetta. Söru var brugðið og ég sá fyrir mér Bernard stinga nöktum orminum sínum í rifuna á mér!

En í stað þess að Bernard hafi greint frá reynslu minni í hlaðinu var það ég sem sagði frá því í staðinn. Ég talaði hljóðlega til félaga minna og stúlkna hvíslandi og útskýrði hvernig Beau Rivage hafði sett risastóran kjötmikinn hanann sinn - miklu stærri en Bernard! - í eina hryssu sem var nú líka þunguð. Ótrúlegt nóg, mér fannst þetta dásamlegt! Það var ótrúlegt hvað það kom gífurlegur léttir yfir mig um leið og hann skall á.

Ég mundi enn eftir þykku, æðlegu stönginni á stóðhesti og gífurlegu magni af vökva sem hafði streymt úr Clöru eftir að hafa leikið. Sarah trúði engu sem ég sagði á meðan Clara virtist skelfingu lostin. Til að sanna að ég væri ekki að ljúga stakk ég upp á því að við færum öll saman á hestabú Charles svo þau gætu sjálf vitnað hvað hafði gerst, en hvorki Sarah né Clara vildu koma með.

Móðir mín olli næstum því rifrildi þegar hún kallaði mig inn í húsið til að borða kvöldmat, en þegar Clara nefndi "að elska" snerist hugsanir mínar fljótt í átt að því að spila föður-móður-barn leiki með Emmu og Clement; engin dúkkur þeirra var með skott eins og í reiðskemmunni, né rifur svipaðar því sem þar hafði gerst; ég gat heldur ekki fundið neitt sambærilegt milli Mr. Bee og mín.

Auðvitað hafði ég séð föður minn nakinn áður og vissi að karlmenn litu öðruvísi út en konur þegar það kom að því að vera nakinn. Þar sem konur voru með göt, voru karlar með eitthvað húðlitað sem gæti passað nákvæmlega inn í göt kvenna ef Clara hafði rétt fyrir sér - samt hvernig? : Til þess þyrfti að afklæðast fyrir framan þennan dreng;

eitthvað sem ég gat alls ekki séð fyrir mér og var hrædd um að myndi særa of mikið þarna niðri í þessari pínulitlu sprungu á milli kinnarinnar hans og neðri vörarinnar. Eftir kvöldsturtuna mína lá ég fullklæddur á rúminu, breiddi fæturna í sundur og velti fyrir mér hvar strákarnir gætu komið skrítnu hanunum sínum fyrir. Það fannst mér ógeðslegt; ekkert sem mér fannst passa við frumvarpið þarna.

Við Sarah ræddum ekki málefni fullorðinna í nokkurn tíma eftir að skóla lauk árið 1970; Annað árið okkar var notað af ballettkennslu og kór, sem skildi eftir lítinn frítíma. Ég fór með Marcelle í reið að minnsta kosti á tveggja vikna fresti; þó ég forðaðist að horfa á tvo hesta elskast í hlaði!

„Emma og Clement gerðu þetta stundum" voru hugtök sem ég hafði gaman af að nota þegar ég talaði um hesta, svo einn daginn sagði ég Söru og Matheo frá því sem gerðist í barnaherberginu mínu með Emmu og Clement. Matheo byrjaði líka að hjóla aftur svo við sáumst oftar aftur; Matheo staðfesti að sumir hestar væru með slöngur festar við magann sem gerðu þeim kleift að pissa; Söru var hins vegar meira forvitinn af því hvernig ég myndi setja dúkkurnar mínar ofan á hvor aðra á meðan ég gerði mér út um að þykjast hlutverk föður og móður.

Hún fann bók í náttskúffu móður sinnar sem innihélt myndir af tveimur dúkkum sem stunduðu leikfimi saman, svipað og Emma og Clement. Sumar myndir sýndu stelpudúkkuna sitja ofan á drengjadúkkunni áður en atriðið breyttist þar sem hann lá á andlitinu á milli fóta þeirra á meðan hann sat á þeim báðum á annarri mynd; í önnur skipti stóðu dúkkurnar tvær hliðar hvor annarri eða önnur var að beygja sig niður til að taka eitthvað upp á meðan hún var studd aftan frá af annarri mynd til að detta ekki. Okkur Söru fannst þessar undarlegu leikfimiæfingar fyndnar og byrjuðum að endurleika þær með Emmu og Clement, þar til Matheo spurði hvort allar fjórar persónurnar hefðu elskað í bókinni. Við höfðum ekki séð þetta svona áður og vorum rugluð í því hvernig ólétta gæti virkað þegar við liggjandi í kjöltu einhvers annars meðan maginn hvílir á andliti annars manns... Matheo gat ekki gefið neina skýringu sem slíka og allt sem við vissum fyrir víst er að allt var mjög ruglingslegt! Matheo gat aðeins boðið upp á óljósar röfl; hvorugur gat útskýrt nákvæmlega hvers vegna; allt sem við þurftum var útskýring, sem Matheo gat gefið... Því miður gat hann ekki fundið upp er bara enn ein leyndardómurinn sem enginn gat veitt.

Við lékum okkur öll þrjú með föður, móður og barni þar til ég ákvað að Emma þyrfti hvíldartíma.

Amma kveikti í arninum og bauð okkur börnunum niður í stofu, svo við gætum yljað okkur með kakói og smákökum á meðan við sátum í kringum lítið borð við eldinn og lékum okkur „Don't Worry“, sem síðar var þekkt í Þýskalandi sem Man, Ekki vera reiði.
Marcelle og Chap léku vel saman þar til Marcelle tapaði tveimur lotum í röð og varð svo svekktur að hún gleypti einn teninginn í reiði og varð til þess að við hættum öll. Mamma fór með hana heim til refsingar á meðan vinir mínir kvöddu líka þegar þeir fóru heim.
Sarah hafði óvart skilið eftir bókina sína með leikfimiæfingum í herberginu mínu, svo ég las hana aðeins í gegnum kvöldið. Flestar dúkkurnar lágu bara við hlið hverrar annarar á gólfinu með annan fótinn útréttan eða teygðan inn, svipað og upphitunaræfingar okkar í balletttímanum; stundum með báða fætur útrétta; í öðrum myndum mynduðu stelpur og strákar kúlur sem kröfðust þess að ég teldi fætur og handleggi þeirra til að ákvarða hver ætti hvar. Þegar ég vissi ekki nákvæmlega hvers vegna Sarah skildi eftir svona æfingar fyrir mig til að kanna síðar í kennslustundinni ákvað ég að prófa nokkrar með Söru í næsta balletttíma okkar saman.
Um kvöldið hélt ég herra Býflugu þéttingsfast á milli fótanna á mér eins og margar af myndskreytingum Sörubókar sýndu, alveg eins og hvernig stelpudúkkan hélt nógu vel um strákadúkkuna.

3. KAFLI

20. desember 1970

Það var byrjað að snjóa aftur þannig að öll börnin komu saman við ísilagða tjörn til að leika sér í snjóbolta, fara á skauta eða einfaldlega hlýja sér við einn af mörgum litlum kolaeldum sem höfðu verið kveiktir til að eyða tímanum og spjalla á meðan við leið yfir okkur. snjóboltar eða notið skauta um brún þess.

Bernard og Clara höfðu náð að laga hlutina og töluðu aftur saman. Stundum þegar Bernard var einn teygði hann sig jafnvel í hönd Clöru án þess að hún drægi sig strax til baka. Sarah stakk upp á að þau gætu verið að deita aftur, á meðan Clara neitaði því harðlega; henni fannst drengir of hryllilegir; Ég gæti skilið eins og ég hafði nýlega upplifað einn sjálfur.
Nýlega byrjaði ég í reiðkennslu vegna þess að ballettkennarinn okkar veiktist og tíminn féll niður um óákveðinn tíma. Þegar Monsieur Dutroux stakk upp á að Charles gæti kennt mér, þáði ég það með ákafa; Því miður þótti mér erfiðara að stíga á stóran svartan hest einn en búist var við og reyndi því að steypa mér í upphitaða varpsalnum einn með Charles og Prince Noir þegar ég reyndi að klifra upp á hann sjálfur; þegar hann var næstum kominn upp teygði Charles sig undir pilsið mitt til að ýta mér upp. Þegar þetta gerðist olli það miklum pirringi sem leiddi mig inn á það aftur.

Charles tók kannski ekki eftir því, en snerting hans hafði valdið mér óróleika. Vissulega var það gott af honum að hjálpa mér upp á hestinn, en enginn strákur hafði áður snert jafn innilegt svæði. Þó það valdi ekki sársauka; frekar minnti það mig á allar dásamlegu upplifunirnar þegar ég baðaði mig eða jafnvel svaf með hendinni þar.
En ég elskaði virkilega að kúra herra Bee og þrýsta honum að líkama mínum á þann hátt sem mælt var með í fimleikabók Söru. Harða trýnið hans leið best á milli fótanna á mér af einhverjum ástæðum, þó að það hefði oft undrað mig hvers vegna strákadúkkan myndi haga sér svona gagnvart kvenkyns hliðstæðu sinni í bók Söru.

Emma og Clement tóku fljótlega áhuga á því sem ég hafði uppgötvað líka og reyndu allar æfingarnar í bók Söru með tímanum þar til Sarah bað mig um að skila henni - þá voru flestar æfingar hennar orðnar innbyrðis, tilbúnar til að deila þeim í ballett. bekk með Söru; þar sem engin var enn þá samþykkti ég glaður þegar Sarah stakk upp á að æfa þau heima í staðinn.

Þar sem Sarah var með stóran spegil í herberginu sínu kom ég með ballettbúnaðinn minn. Við stóðum hönd í hönd fyrir framan hann á meðan við gerðum beygjur og jafnvægisæfingar saman. Þegar efnisskráin okkar hafði verið endurtekin tvisvar og við sátum uppgefin á gólfinu, stakk ég upp á því að við prófuðum nokkrar leikfimiæfingar úr bók móður Söru; þetta veitti okkur báðum frábæra teygjuæfingu!
Þegar við mynduðum fljótt mannlega kúlu, vöfðum handleggjum og fótleggjum um hvort annað, nutum við að leysa okkur aftur úr flækjum. Sarah settist að lokum í kjöltu mér, sem ég studdi með höndunum; seinna lágum við báðir ofan á annan á meðan hné annars manns myndi lenda á þeim; einstaka sinnum kom kitlandi og stundum sár í handlegg þegar hné annars lenti á honum, en í heildina nutum við okkar vel þangað til Bernard kom inn í herbergið til að heimsækja Clöru en fann sig standa rétt fyrir utan í stað þess að horfast í augu við sjálfa Clöru; þegar hann sá okkur báðar liggja á milli fóta Söru lokaði hann hurðinni fljótt í losti áður en hann fór út.

Mamma varð að ferðast í bæinn án mín í þetta skiptið; hún þurfti að fara á spítalann á meðan hún var fimm mánuði ólétt, svo amma hugsaði um mig og Marcelle á meðan hún var farin. Á meðan Marcelle beið spennt eftir að eignast lítinn bróður, svaraði ég öllum spurningum hennar um hvað myndi gerast á sjúkrahúsinu eins og hvort það væri sárt þegar maginn stækkaði eða hvernig barnið myndi jafnvel komast inn í Maman - án sérstakrar svörunar fyrir utan " þetta gerist venjulega þegar faðir og móðir hafa sterkar tilfinningar til hvors annars og kannski ætti hún að spyrja þá."

Núna vissi ég svarið en vissi ekki hvernig ég ætti að útskýra fyrir litlu systur minni hvers vegna konum á ákveðnum aldri fannst það aðlaðandi fyrir karlmenn að leggjast ofan á þær og pissa í þær. Jafnvel að hugsa um það gaf mér enn hroll svo ég var ekki ákafur í að ræða efnið frekar.
Ég stakk upp á því að við skipulögðum tískusýningu sem svar við fyrirspurnum Marcelle og hún hljóp strax inn í svefnherbergi foreldra okkar til að setjast við snyrtiborðið hennar mömmu þar sem ég myndi farða hana áður en við könnuðum skápinn hennar Mamans eftir fötum sem hæfa tískupallinum. Marcelle var ánægð með þessa hugmynd, svo mjög að hún hljóp beint aftur út í svefnherbergi foreldra okkar þar sem við sameinuðumst mömmu fljótlega við snyrtiborðið hennar, spennt að gera áætlanir með mér um að skoða skápinn hennar Maman að hentugum hlutum fyrir tískupallinn!
Eftir að hafa hoppað um á stóru hjónarúmi foreldra minna á nærbuxunum, glímdum við um stjórn á því hvað yrði um fatavali - Marcell hafði fundið sér áberandi græna fjaðrabóu til að passa við rauðu krullurnar sínar; Ég var með stóra stráhattinn hennar Mamans á meðan ég var í einni af löngu hvítu skyrtunum hans föður míns sem náði

upp að hné; Marcell notaði ganginn á milli skápsins og rúmsins sem göngustíginn sinn, gekk niður hann klæddur of stórum dælum móður sinnar þegar Marcell leitaði að fjaðrabóunni sinni.
Amma kom og sagði okkur að fara út úr svefnherberginu okkar þar sem pabbi var nýkominn úr umfangsmikilli vinnuferð og vildi hitta okkur, svo fljótt breyttum við í okkar sunnudagsbesta og hlupum í gegn til að hitta hann í forstofunni þar sem pabbi beið eftir okkur .
Amma vildi samt að við værum róleg en pabbi stóð á fætur og bauð okkur í handlegginn; við gerðum það glöð, öskrandi glöð þegar við gerðum það.

Þegar við höfðum snúið okkur nokkrum sinnum og sturtað honum kossum, setti hann Marcelle og ég varlega aftur á jörðina og horfðum undrandi á litlu systur mína - við höfðum gleymt að fjarlægja farðann hennar áður en þetta tuðaði; með rauðan lit, varalit og maskara líktist hún nú meira einni fyrirsætunni en fimm ára barni!
Pabbi spurði systur mína hlæjandi hvort hún vildi mæta á ball, reyndi síðan að hreinsa burt óæskilega hluti úr andliti Marcelle með því að þurrka af honum með stóra köflótta vasaklútnum hans - en það gerði það bara versnandi eftir því sem viðleitni hans dreifði enn frekar maskarabletti til kl. Marcelle leit út eins og einn af þessum næturbardönsurum úr fullorðinsmyndum sem ég hafði séð í leyni seint á kvöldin.

Faðir minn sagði Marcelle og mér að fara í baðkarið, fylla baðherbergið af vatni á meðan að hjálpa systur minni að afklæðast. Á meðan við Marcelle vorum á kafi í froðandi loftbólum sagði hann okkur frá viðskiptaferð sinni. Þegar Marcelle spurði pabba hvort hann vissi hvernig börn komust í maga Mamans hætti hann um miðja setningu til að svara; á þessu augnabliki fann ég að andlit mitt roðnaði af blóði þegar púlsinn á mér hraðar í eftirvæntingu um hvað svar hans gæti verið. Í fyrstu virtist hann vera óánægður með spurningu Marcelle en bað hana síðan að standa upp og útskýrði í gegnum nakta systur mína sem dæmi hvað aðgreinir karla frá konum og hvers vegna konur verða óléttar.

Nýlega heimsóttum við dýragarðinn þegar Maman var með próf í bænum; Amma tók okkur stelpurnar með sér til að skoða nýja ísbjarnargirðinguna með gerviísjaka og vatnsrennibraut sem var smíðað sérstaklega fyrir þær. Börn kúrðust við handrið þegar við þrýstum öll nefinu að neðansjávargleri til að horfa á þessi risastóru dýr kafa í gegnum ískalt vatn eða veiða fisk um leið og þau fóðruðu sig. En það var spennandi að fylgjast með slíkum dýrum þegar þau köfuðu í gegnum vatn eins og ár á meðan þau voru að borða - það var einfaldlega ótrúlegt.

Marcelle var himinlifandi yfir því að komast loksins að apainni. Hópar af ungum öpum hlupu ákaft í gegnum trjátoppana á meðan gamall silfurbakur leyfði einni af kvendýrum sínum að ráðast á sig á meðan aðrir apar léku sér um á hjólsveiflum eða kepptu um banana; einn api sat meira að segja beint við hliðið og horfði beint á gesti fyrir utan; það var meira að segja skilti rétt hjá honum sem bannaði að gefa öpum að borða!
Marcelle leiddi ömmu til að sjá apa móður með nýfædda barnið sitt á meðan ég horfði á apa leika sér við hliðið með eitthvað á milli fótanna. Fljótlega rak eitthvað bleikt hausnum upp á milli fingranna hans sem hann byrjaði að nudda trylltur á sama tíma og klóraði í svarta kúlu sem hékk fyrir neðan penna hans. Þegar Marcelle tók eftir þessum apa sjálf og dró mig snöggt yfir, tók amma fljótt eftir því líka og leiddi okkur báðar til þeirra saman.

Í skólanum daginn eftir sagði ég bekkjarfélögum mínum frá ferð okkar í dýragarðinn og frá apanum hennar Marie með undarlega pennanum sínum. Babette kinkaði kolli til Marie brosandi áður en hún sagði okkur í hvísluðum tónum að hún hefði séð eldri bróður þeirra loka sig inni í herberginu sínu á meðan systurnar tvær voru inni í því. Leikandi tréhús fyrir utan gluggann hans og horfði á hann í leyni. Hún gerði ráð fyrir að hann væri aðeins að skipta um föt í fyrstu, en þegar hann fór líka úr nærfötunum og lá nakinn á rúminu, þá þyrftu þau að anda.

Raoul, þrettán ára bróðir Babette, hafði farið með nærfataskrá móður þeirra upp í rúm og var að fletta henni þegar eitthvað skrítið fór að vaxa á milli fóta hans og út úr kjöltu hans. Alveg eins og api! sagði hún mér og ég kinkaði kolli ákaft. Skömmu síðar byrjaði Raoul að snerta sig þarna niðri og nudda. Marie roðnaði þegar Babette sagði okkur hvernig eftir nokkrar mínútur sprautaðist eitthvað út undan hananum á honum og stundi af sársauka áður en skólabjöllan hringdi og kallaði okkur aftur í bekkinn.

Löngu eftir að Babette hafði sagt sögu sína gat ég ekki hrist spurninguna um hvers vegna bróðir Babette ætti að hafa pissað á rúmið sitt. Jafnvel meira forvitnilegt fyrir mig var hvað nákvæmlega hafði valdið því. Í fyrstu hugsaði ég til baka til Bernards við tjörnina með litla orminn hans en ekkert stóð þar eins og Raoul hafði gert. Einnig sagði eitthvað mér að það gæti haft eitthvað að gera með hvers vegna Raoul snerti sjálfan sig þar áður en hann sofnaði á koddanum sínum á hverju kvöldi. Í nokkurn tíma hafði ég tekið að mér að þrýsta herra Býflugu á milli fótanna á mér fyrir svefninn á meðan ég nuddaði mér við harða trýnið hans til að hugga mig áður en ég fór að sofa - eitthvað sagði mér að það gæti hafa valdið því að Raoul hafði haft samband.

Litli bróðir minn Paul fæddist loksins í dag! Maman er ánægð og Marcelle var mjög ósátt við áætlanir okkar um að fara á spítalann; en amma útskýrði að mamma þyrfti meiri endurbótaaðgerðir áður en hún var útskrifuð til föður okkar, á meðan þau myndu sjá um móður. Ég man þegar Marcelle kom fyrst með; lífið á heimilinu okkar varð óskipulegt þá. Núna virðist allt miklu rólegra og ég hlakka til að eignast annað systkini þó hann sé svona lítill.

Undanfarið höfum við Marcelle eytt miklum tíma í reiðskemmunni. Einn hesturinn var veikur, svo við skiptumst á að sjá um hann og halda honum félagsskap ásamt nokkrum öðrum stelpum. Charles var líka oft viðstaddur, sem gæti skýrt hvers vegna ég kom oft með systur minni í heimsóknir hennar; Charles hjólaði fyrir aftan okkur á Prince Noir með tauminn í hendinni á meðan við riðum saman yfir engi og haga - það var frábær skemmtun! Þrátt fyrir að Marcelle hafi ekki verið leyft að yfirgefa garðinn sinn í friði fór hún yfir landið ásamt Charles á meðan hún var innan marka þess!

Þar sem við gátum ekki bæði passað á einn hnakk ákváðum við að gera það ekki og settumst beint á silkimjúka svarta feldinn á hestinum okkar í staðinn. Það var hlýtt þegar glæsileg skrefin hans þrýstust taktfast á milli fótanna á mér við hvert glæsilegt skref frá hryggnum hans - upphaflega var þetta sársaukafullt en með tímanum varð sífellt ánægjulegra þar til þegar við komum aftur í hesthúsið, upplifði ég eitthvað algjörlega óvænt: endurlífgandi skjálfta!
Charles var hneykslaður á rauða litnum mínum þegar hann hjálpaði mér að fara af stað og spurði hvort mér væri kalt. Í sannleika sagt var það þó ekki kalt; frekar fann ég yfirgnæfandi bylgju af hlýju streyma inn í sjálfan mig sem dreifðist um alla veru mína - þar með talið móðurkvið mitt og alla aðra hluta mína.

Mér brá af undarlegri tilfinningu sem ég hafði aldrei fundið á meðan ég hjólaði áður; kannski vegna þess að þetta var fyrsta reynsla mín af berbaki. Samt vakti það minningar frá því þegar ég nuddaði sjálfum mér upp við Mr. Bee eða lék mér með hendinni - eitthvað sem hafði orðið tíðara með tímanum. Þrátt fyrir að vera vandræðalegur yfir þessu öllu og ekki ræða það við Söru né neinn annan (þar á meðal hana sjálfa!), þá festist upplifunin á hestinum fast í minni mitt.

Charles var alltaf besti vinur minn; Þegar við loksins fórum að hjóla saman aftur þrýsti ég bakinu ákaft að bringu hans og fann handleggina leiða hestinn framhjá mér. Ég naut hlýju hans, nærveru hans og aftur að finna handleggina leiða hestinn framhjá. Ég naut nálægðar, hlýju og þessarar kunnuglegu náladofa sem dreifðist úr kjöltu mér yfir allan líkamann eftir því sem við vorum lengur á leiðinni. Prince Noir kom mér á óvart með

því að fara úr því að ganga rólega yfir í að brokka hratt á meðan hann stökk yfir engi á fullu stökki! Hvert stökk yfir læki eða fallin tré var eins og flugeldar í líkama mínum og í lok þessarar upplifunar hrundi ég svo mikið í fang Charles að þegar því var lokið stigum við saman eftir að líkaminn var búinn að vera búinn að hjóla.

Þegar ég hjólaði með Charles í reiðskólanum hans, fylgdist ég með líkamsstöðu þeirra, svipbrigðum og kinnalit en fann að enginn sýndi merki um hvernig mér leið. Charles hjólaði aðeins með mér svo það var auðvelt fyrir hann að vera afbrýðisamur þegar einhver annar hjólaði með Charles; en þetta stöðvaði ekki ánægju mína af hverri ferð sem við deildum saman þrátt fyrir að styttist í tíma á milli ferða með Charles. Ég vildi ekki rifrildi okkar á milli heldur en vildi ekki að hann hjólaði einn heldur - vildi ekki fórna þessari dásamlegu tilfinningu sem fylgdi því að hjóla á honum fljótlega eftir styttri og styttri ferð eftir styttri tíma með Charles heldur!

Þar sem það rigndi þar til í gær höfðum við ekkert mikið annað að gera en að æfa ballett með Söru og systur hennar þar sem danskennsla hefst aftur í september. Sophie tilkynnti að strákur myndi taka þátt í ballettkennslu þeirra frá og með september, sem gerir mig forvitinn hvort ég þekki hann nú þegar eða ekki.

Yngri bróðir minn Paul gerir oft hávaða yfir daginn og virðist sérstaklega vandræðalegur; að sögn ömmu minnar, hafa strákar tilhneigingu til að vera talsvert háværir. Mamma er stundum ráðþrota um hvað hún á að gera til að róa hann, á meðan systir mín virðist aldrei trufla sig; í staðinn er hún áfram nálægt móður minni og vill oft bera og fæða Paul sjálfa. Mér finnst það ekkert of spennandi; alveg eins og að skipta um bleiu eða baða hann. Allt við hann virðist enn of lítið fyrir mig; Ég óttast að ég gæti brotið eitthvað fyrir slysni. Bara það að vera pínulitlir fingur og tær, hnúðóttir handleggir og ló á höfðinu gerir mig varla að alvöru manneskju - aðeins lungun virðast nógu stór til að halda öllu húsinu vakandi! Þess vegna eyði ég mestum tíma mínum með Söru; hver myndi annars vilja systkini eins og mig en öfunda ekki öskrandi hávaða minn.
Með hjálp Clöru náði ég alvöru framförum í ballett. Nýlega hittumst við reglulega í stofu foreldra hennar til að æfa beygjur, teygja eða dansa við plötur sem hún spilaði á gamlan plötuspilara. Þó að þessi aðferð hafi stundum reynst erfið, þá ná klofarnir mínir næstum niður á gólfið á meðan Clara getur jafnvel vefið fótinn um hálsinn meðan hún situr.

Stóri bróðir Clöru fylgdist stundum með okkur en þegar hann sá Clöru varaði hann okkur við að verða of spennt fyrir því þar sem stuttir fætur hennar gætu auðveldlega

vafist um hálsinn á einhverjum. Á meðan við vorum næstum því eins á hæð og ég meira að segja með aðeins lengri fætur.
Klöru fannst ballett ekki einfaldari vegna aðstoðar bróður Clöru; þó virtist hann áhugalaus um að sýna vellíðan þess.

En stundum hjálpaði hann okkur með einstakar æfingar þar sem okkur vantaði einhvern til að ná stökkunum okkar og sveifla okkur, eins og Sophie eða einhverja af eldri stelpunum í bekknum. Heima hjá Clöru bauð fimmtán ára bróðir hennar með svört hár á efri vör þjónustu sína sem félagi í sjálfboðavinnu - Clara sagði okkur að hann væri mjög stoltur af því að sýna það, stundum stóð hann í langar stundir fyrir framan spegil og dáðist að því áður en hann kom. yfir að spyrja hver þarfnast umönnunar hans fyrst. Áður en Clara gat sagt okkur smáatriðin kom hann hins vegar og spurði hver þyrfti fyrst athygli hans áður en hann bauð sig fram sem sjálfboðaliðastuðning - þannig fengu allir hjálp í tveimur skrefum í einu.

Hann var ekkert sérstaklega hár en það var gott að vera borinn af honum. Í einni æfingunni lét stúlka bakið detta í fangið á honum; svo greip hann um brjóst hennar og sneri fótum hennar fram í loftið. Ég settist svo á hægri lófa hans á meðan hann lyfti mér upp með vinstri hendinni til að styðja uppréttan fótinn minn með vinstri. Þar sem ég vó minna en systur hans en sveiflaðist samt af og til á handleggnum á honum þegar hótað var að falla, teygði Charles hugrekki á milli fótanna á mér til að ná mér þegar það gerðist - enn og aftur gaf það mér rafstuð.

Í dag var fyrsta kynni mín af því að snerta aðra konu. Það var bæði spennandi og truflandi í senn; byrjaði á því að liggja saman í heystafla hans afa og tala um Charles Dutroux ferðir og hversu dásamlegt að hjóla honum fannst, og segja Söru frá túrunum mínum; að vera undrandi þegar hún þekkti þessa sömu tilfinningu og ég og laðaðist að því að snerta sjálfa sig við upptök hennar fyrir skemmtilega náladofa!

Sarah hafði þróað með sér þann vana að gera eitthvað fyrir svefninn í næstum ár núna. Innblásin af Clöru, sem notaði handspegil til að strjúka sjálfri sér á meðan hún baðaði sig og sagði Söru að það myndi líða vel, fór Sarah að gera slíkt hið sama. Í fyrstu hafði það skammað hana þegar Clara strauk sér í baði en forvitin að sjá hvað Clara fann beið hún þar til allir í húsinu voru sofnaðir áður en hún skoðaði sig nánar. Handspegill hjálpaði, en mikilvægi hans var ekki lengur til í dag en tilfinningin hélst.

Í fyrstu datt mér ekki mikið í hug að nota spegil; en á teygjuæfingum fyrir ballett fyrir svefninn nýtti ég mér alltaf að klæðast og skoða sjálfa mig á þessum æfingum. Þetta

reyndist sérstaklega spennandi þegar Charles, bróðir Söru snerti óvart sprunguna mína - Söru til mikillar ánægju; þegar ég tilkynnti henni þetta atvik og sagði frá því að það gerðist líka á ballettæfingum saman, sem gerði hana mjög spennta að Charles snerti það líka; að vísu óþægilegt í upphafi þar sem hann var stóri bróðir hennar en ekki síður notalegur vegna þess að það gerði kunnuglega tilfinninguna að snerta ákafari.

Í fyrstu veltum við því fyrir okkur hvort það væri vegna drengjanna, eða önnur hönd hefði snert okkur; bæði Sarah og ég hlógum dátt þegar Sarah stakk upp á að við myndum prófa hvort annað - þó þetta hafi auðvitað bara verið hugsað sem grín; eftir það stríddi ég Söru að mér líkaði líklega betur við hana og við kitluðum hvort annað þar til við vorum báðar næstum of þreyttar af hlátri og öskri til að halda áfram og duttum örmagna niður í strábeðið sem lyktaði af sumri á meðan hitastigið úti sveif nær frostlínunni.

Ég kúrði nærri Söru, huldi okkur báðar með lausu strái og tók inn lyktina af hárinu hennar. Um leið og ég var örmagna sofnaði ég næstum því þar til Sarah lagði höndina á magann á mér, fann fingurna færast varlega undir buxnabandið mitt til að hvíla mig á brjóstunum mínum - ég hætti samstundis að anda; enn hönd hennar færðist lengra, snerti lærin á mér áður en hún færðist enn lengra til að snerta blettinn á milli okkar allra - ég gat ekki dregið mig í burtu. Forvitni rak viðbrögð mín enn frekar - langaði að sjá hvað myndi koma út úr þessu samspili! Á endanum sagði allt nema eitthvað innra mér að ég hætti en svo bar forvitnin sigur úr býtum þar sem hún vildi sjá hversu mikið hendur hennar myndu finna á móti mínum; það sem myndi gerast þegar við fórum þessa ferð var þessi ferð, vitandi að það myndi líða þegar hönd hennar myndi snerta okkur bæði og yfirgefa okkur.

"Að elska," eins og fullorðnir skildu það, þýddi að slaka aðeins á fótunum og njóta snertingar Söru - þó þar sem vinkona mín væri kvenkyns og því ekki hæfur til að elskast með, átti það hugtak aldrei við. Og þó fann ég hið kunnuglega toga undir naflanum; slökun sem annars kom bara frá Prince Noir eða Mr. Bee; þá færði Sarah sig nær og hönd mín fór að lyfta pilsinu hennar, ýta nærbuxum til hliðar, snerta litlar sprungur á milli buxnafóta - allt við þetta var fullkomið.

Síðan ég hitti Söru í heyinu hef ég oft hugsað til baka um sögu Babette og Marie frá nokkrum mánuðum áður þar sem þær horfðu á eldri bróður sinn leika við hanann hans þegar hann lengdist og þykknaðist. Eitthvað svipað gerðist nýlega þegar hann hjólaði Prince Noir aftur með Charles aðeins í stuttbuxum vegna óhapps sem leiddi til

þess að einn saumurinn á reiðbuxunum rifnaði upp; engu að síður yppti hann því án vandræða og settist venjulega í sæti sitt fyrir aftan mig eins og alltaf.

Charles varð að halda mér fast svo að ég detti ekki af, þrýsti líkama sínum fast að mínum; hendur hans snertu stundum maga minn, fætur eða brjóst til að fullvissa mig um að ég væri öruggur í sterkum faðmi hans þrátt fyrir eirðarleysi Prince Noir.
Þegar Prince Noir hafði róast og við byrjuðum að brokka hægt áfram, tók ég eftir að Charles hélt mér enn nærri mér, en samt undarlega nálægt. Þó það hafi ekki verið óþægilegt, virtist þetta undarlegt í ljósi þess að það hefði verið nóg pláss á hesti eins og Prince Noir fyrir okkur bæði - eitthvað var þó öðruvísi: þar sem áður hafði það verið silkimjúkur feldur sem snerti bakið á mér, snertu buxur Charles núna mig í staðinn, þrýsti í bakið á mér eins og eitthvað hart þrýsti á hrygginn á mér.

Þegar ég teygði mig eftir því, hrökk Charles undan tökum á mér og ýtti hendinni frá mér með kröftugri en áhrifalausri hreyfingu. En það var of seint; Ég var búinn að snerta eitthvað hart sem fannst skrítið innan í buxunum hans; langur stafur-einn hlutur sem hönd mín greip auðveldlega þrátt fyrir að Charles varð skærrauður og renndi langt aftur á hestinn; togaði svo í taumana svo fast að Prince Noir stökk fram áður en ég gat stöðvað mig. Næstum allt um þá reynslu hafði breyst þegar Prince Noir stökk fram líka; næstum horfið að eilífu voru möguleikar mínir.
Um leið og hesturinn minn féll, urðu Charles og sérkennilegur stafur hans aukaatriði; Ég gætti þess einfaldlega að halda mér fast við fax hans og halda stöðu hans stöðugri.

Um leið og ég kom aftur í hesthúsið fór Charles af stað án þess að kveðja eins og venjulega og lét mig í friði til að sinna hestinum. Í fyrstu var ég ekki viss um hvers vegna hann hefði gert mér þetta en mundi svo eftir því að Babette og bróðir Marie giskuðu á hvaða tegund af staf væri í höndum mínum.
Charles bróðir Babette var að skoða nærfatalista á meðan hann snerti sjálfan sig fyrir neðan, svo eitthvað hlýtur að hafa höfðað til hans við stelpurnar og konur sem þar eru á myndinni. En hvers vegna hafði Charles, sem sat fyrir aftan mig á hesti, fengið svona undarlegan staf? Þessi hugsun hvarflaði aldrei að mér; þó ég hefði viljað spyrjast fyrir um það síðar. Því miður virtist hann ekki vilja tala við mig eftir að fyrsti misheppnaður koss hafði átt sér stað á milli okkar tveggja. Hann virtist fjarlægur.

Sarah var algjörlega dáleidd þegar ég deildi uppgötvun minni og var fús til að ég yrði vitni að strák sem snerti sjálfan sig. Babette og Marie stungu upp á því að fela sig í tréhúsinu með Söru á meðan þau fylgdust með bróður sínum úr fjarlægð - hins vegar

var of kalt úti og læst vegna snjós og íssöfnunar, svo í staðinn velti ég því fyrir mér hvort bróðir Söru ætti líka slíkan staf?

1. maí 1972
Paul átti brátt fyrsta afmælið sitt og var nú auðveldara barn, öskraði ekki lengur eins mikið og brosti almennt meira. Næstum allt á heimilinu okkar snerist um hann. Marcelle sá um og umkringdi þann pínulitla sem skreið um allt heimili okkar á ógnarhraða; mamma og amma áttu í erfiðleikum með að halda í við. Þeir reyndu hvað þeir gátu og reyndu að koma í veg fyrir að Paul borði eitthvað sem fannst á gólfinu sem gæti freistað hans frekar!

Kjördagur minn fólst í því að eyða tíma mínum utandyra í einum af sumarkjólunum mínum og leika við vini í skóginum í nágrenninu eða safna blómum á túninu okkar fyrir aftan húsið okkar. Stundum földu Babette og Marie okkur í tréhúsinu sínu til að koma bróður sínum á óvart á meðan hann lék sér að því að loka gluggatjöldunum sínum á meðan við vorum þarna uppi; um leið og hann komst að því komum við alltaf niður án þess að hafa afrekað neitt sem var þess virði.

Þar sem ég var orðinn duglegri í að dekra við sjálfan mig, var ég ekki lengur háð því að Herra Bee eða Prince Noir gerðu það fyrir mig; þó að það væri samt ótrúlega gaman að hjóla með Charles! Flestar nætur áður en ég fór að sofa lá ég uppi í rúmi og snerti á milli fótanna áður en ég gætti líkama míns nokkrum sinnum til viðbótar til að finna þessa yndislegu tilfinningu rétt áður en svefninn kom yfir mig og slaka á í sælulegri hvíld.

Einu sinni kom litla systir mín mér á óvart á meðan ég dvaldi í baðkarinu með lokuð augu og lokuð augun á meðan ég naut heits sturtuhaussins. Henni fannst hegðun mín skemmtileg, klæddi sig fljótt úr fötunum og gekk fljótt með mér í baðkarið; þegar hún vildi fara í sturtu, stóð hún með fæturna í sundur svo ég gæti sprautað hana á meðan ég velti fyrir mér hvað ætti að gera næst; eftir á að hyggja hefði verið best að hún tæki þessu sem leik og sturtaði frá toppi til táar; eitthvað sem virtist rétt og sanngjarnt!

Litla, nakin músagildran fékk ákaft móttökur frá nýjum eigendum sem fögnuðu og hlógu af gleði þegar hún náði sambandi.
Við Marcelle urðum nánar á annan hátt líka. Núna fimm ára gömul var hún nú þegar alveg lítill hrekkjusvín. Þó ég vildi frekar vera í löngum denimbuxum þegar ég glímdi við stráka á hennar aldri, en Marcelle vildi frekar stuttar leðurbuxur - til mikillar áfalls fyrir bekkjarfélaga mína á hennar aldri - þegar hún glímdi við stráka á hennar aldri.

Ekkert tré var óhætt fyrir henni eða hundur of stór til að stöðva hana að faðma hann. Í reiðskóla skipaði hún stúlkum á hennar aldri án þess að virðast vera síðri en eldri drengir á hestbaki; Charles fór stundum með Marcelle í ferðir þar sem ég vildi spyrja hana hvort henni fyndist eitthvað svipað - þó líklega of lítil ennþá.

Eftir því sem tíminn leið fann Marcelle minni og minni áhuga á að fara með okkur Söru í ballettæfingar okkar. Þó hún naut þess að horfa á okkur flytja þá, var Marcelle ekkert sérstaklega heilluð af hvorki tónlist né dansi sjálf - hún kýs frekar að horfa á Matheo rista kirsuberjaviðarflautu eða klifra um hlöðudyrnar okkar á meðan við notuðum heyloftið okkar til að beygja, pírúett eða lyfta.

Matheo var líka sá sem spurði okkur einn daginn hvort við hefðum einhvern tíma leikið lækni, spurning sem við svöruðum auðvitað játandi sem börn að leika lækni var óaðskiljanlegur hluti af æskuleikjum þar sem dúkkurnar okkar eða uppstoppuðu dýrin tóku þátt í því að taka hitastig þeirra. Sarah var venjulega hjúkrunarfræðingur á meðan ég gegndi hlutverki læknis; Herra Bee var sjúklingur okkar! En Matheo hló og bauð sig líka fram sem lækni; tekur sjálfur afleysingamennsku. Sarah roðnaði strax þegar hún heyrði þetta en svaraði ekki fyrirspurn minni um að hann væri með sem læknir! Ég horfði vafasöm á Söru en hún svaraði ekki, roðnaði einfaldlega og svaraði ekki.

4. KAFLI

4. júlí 1972

Ég var níu ára þegar ég tók þá ákvörðun að afklæðast viljandi fyrir framan strák í fyrsta skipti. Við hittumst öll við tjörnina hjá Söru og Clöru til að fara í sund - Matheo, Leon og ég; Systir Söru og Clara, Clara, ásamt Matheo, Leon og ég nutum sundstundanna okkar saman á þessum steikjandi heita degi í júlífríinu. Síðan leggjum við handklæðin okkar undir stóru víðitré í skugga til að tala saman. Heidi og Seppl, nýkomin frá Þýskalandi, voru systkini sem gengu í skólann okkar - hún myndi ganga í bekkinn minn í september á meðan Seppl var tveimur árum eldri og myndi fara í bekkinn hans Matheo í september - bæði myndu líklega fara saman í bekkinn hans Matheo í haust en Heidi myndi ganga í hana bróður Seppl skólagöngu næsta haust á meðan Seppl myndi líklega fara í Matheo's.

Clara fékk sér kirsuber á meðan Leon kom með þunnar stangir af salami úr kjötbúð föður síns. Við Sarah frumsýndum bikiníið okkar í fyrsta skipti - nærbuxur höfðu alltaf dugað en okkur fannst við fullorðnari vera í bikiníum það sumarið; Matheo hélt áfram að stríða okkur um hvers vegna við þurftum eiginlega einn; Clara myndi að minnsta kosti sýna einhverja mynd, en fyrir okkur tvö sást ekkert, þar sem Sarah og bikinítoppurinn minn lágu bara flatt upp að líkama okkar samanborið við þríhyrninga Clöru af efni á meðan ég skoðaði afbrýðislítið þríhyrninga Clöru á meðan ég þreifaði leynilega fyrir brjósti mér; ekkert, Matheo hafði rétt fyrir sér og sagði að við þyrftum ekki lengur.

Leon hélt því fram að stelpurnar í bekknum hans væru þegar með brjóst og að hann gæti snert brjóst án þess að óttast að hún stynji við snertingu. Enginn okkar trúði honum þegar hann sagði okkur þetta, en Matheo spurði seinna hvernig þetta hefði verið - skemmtilegur síðdegi þar til Sarah setti tvö kirsuber yfir einn af salami-stöngunum hans Leon sem Leon hafði tekið með sér; Clara varð samstundis rauð á meðan Leon hló að því að segja að ungar stúlkur mættu ekki leika sér með slíkt - samt skil ég húmorinn hans um þunnt salamí með tveimur kirsuberjum undir samanborið við þetta þunnt salamí með tveimur kirsuber undir!

Matheo skemmti sér yfir spurningu minni um hárgreiðsluna mína á meðan Sarah hvíslaði einhverju í eyrað á mér sem fékk mig til að roðna enn frekar. Á þeirri stundu mundi Matheo eftir hugmynd sinni um að leika lækni enn og aftur og bauðst til að leika með.

Heidi var aðlaðandi ljóshærð stelpa sem heillaði bekkjarfélaga mína með hreimnum. Þar sem fjölskyldan hennar hafði flutt inn í húsið við hliðina stakk kennarinn upp á að ég myndi hjálpa Heidi að kynnast bekknum okkar; það hentaði mér bara ágætlega þar sem við Sarah eyddum samt minni og minni tíma saman.

Hefði ég átt að segja henni frá Matheo í hlöðunni? Kannski, en þetta kom allt í ljós í rifrildi Söru og Clöru um hvort endar stráka héngu niður eða stungust út; Sarah bar upp læknaleik Matheo og Leon aftur við tjörnina sem sönnunargögn, en Clara taldi að hlutirnir væru að hanga niður af mönnum. Ég reyndi að jafna það með því að rifja upp hvernig Matheo sagði að skottið á honum myndi venjulega mýkjast bara við tilhugsunina um stelpur og standa út eins og regnhlíf þegar skottið á honum laðaðist að stelpum.

Þegar ég tilkynnti vinum mínum þetta varð Sarah rugluð þar sem hún gat ekki munað að Matheo hefði sagt neitt slíkt. Svo ég játaði reynslu okkar í hlöðunni og deildi þekkingu minni frá íbúum þess - Clara varð sífellt áhugasamari á meðan Sarah sneri sér einfaldlega frá í nokkurn tíma áður en hún dró sig aftur inn í herbergið sitt um kvöldið. Frá þeim degi töluðum við sjaldan saman aftur en alltaf þegar Matheo eða ég fór framhjá vildi hún alltaf fá orð við annaðhvort okkar í hvert skipti sem við hittumst aftur á háskólasvæðinu.
Um leið og við sáum þau standa saman í skólagarðinum gaf hún okkur nóg pláss.
Eins og ég tók fram hér að ofan, þegar ég spurði Söru um það forðaðist hún mig og sagði að hún vildi ekki trufla elskendurna - þrátt fyrir það værum við Matheo ekki elskendur; frekar deildum við spennandi leyndarmáli saman sem því miður varð þekkt. Á þeim tíma áttaði ég mig ekki á því að Sarah var afbrýðisöm en hugsaði kannski bara að hún öfundaði það að upplifa að sjá Matheo nakinn aftur svo ákvað að taka hana með mér næst en Sarah hélt áfram að forðast Matheo líka - eitthvað sem hafði ekki áhrif á hann en særði mig djúpt. .

Þess vegna bauð ég Söru og Heidi að gista, í von um að stelpukvöld myndi hjálpa okkur að færa okkur öll nær. Heidi varð strax ástfangin af herra Bee, kúrði hann nærri sér á meðan ég hugsaði til baka þegar ég notaði harða nefið á honum til að dekra við mig á kvöldin. Söru fannst samt eitthvað skrítið en þegar ég spurði Heidi hvort hún hefði séð nakta stráka áður en forvitnin náði hámarki; hlustaði undrandi þegar Heidi deildi sögum af því hvernig hún og bróðir hennar höfðu verið að skoða hvort annað nógu lengi áður en þeir bjuggu til frábærar minningar saman - þó að orðaforði hennar hafi ekki verið frábær svo þegar hún nefndi eitthvað eins og "að elska", hljóp hjarta mitt með spenna!

Hugo var fyrsti kærasti minn þegar ég var 4 ára og í morgun, þegar ég leit út um gluggann minn, minntist ég með hlýhug þegar við lékum okkur saman í laumi: að vökva götuna okkar til að búa til skautahöll eða kasta snjóboltum í hvert annað; Kúlurnar mínar sundruðust alltaf vegna þess að ég gat ekki þjappað þeim þétt saman eins og hann - hvað hefði hann mögulega getað gert í þetta skiptið?

Um leið og ég ákvað að ég vildi skrifa Hugo aftur, bað ég móður mína um fyrra heimilisfangið okkar og beindi bréfinu mínu einfaldlega til Hugo á Rue de Costa - kannski þekkti póstmaðurinn hann? En hvað á ég að skrifa honum? Eftir síðustu kynni okkar fjórum árum áður var eina minningin mín um hann sem saklaust smábarn með sóðalegt ljóst hár og ósvífið bros; hvað gæti hann verið hærri núna og hvort það gæti verið önnur kærasta á radarnum hans; ætti að byrja í menntaskóla næsta haust.

„Ég myndi segja honum frá vinum mínum, húsdýrunum og systkinum mínum - Paul hafði ekki enn hitt Marcelle (hún var ný orðin eins árs þegar við fluttum!) Ég myndi líka segja honum hvernig ég varð ástfanginn af einhverjum sem minnti mig svo mikið á. af Páli við fyrstu sýn: Seppi bróðir Heidi sem ég sá allt öðruvísi síðan ég heyrði söguna þeirra og lærði leyndarmál þeirra að reyna að haga sér eins og fullorðnir.
Hann vissi ekkert um mig; hann leit aldrei í áttina til mín þegar ég laumaðist í kringum hann í skólagarðinum eða reyndi að vera nálægt. Til að sjá hann lét ég eins og ég væri að læra heima hjá honum með Heidi eða lét eins og ég vildi læra þar einn með Heidi til að hylma yfir að hitta hann. Að gæta þess að gera Heidi ekki tortryggilega væri mikilvægt miðað við sögu mína með Heidi þegar ég spurði aðra um hann þangað til.

Hún spurði hvers vegna ég virtist allt í einu hafa áhuga á Seppi. Ég minntist á hversu líkir Hugo og Seppi voru, á sama tíma og ég passaði mig á að gefa ekki upp að ég hafi einu sinni elskað Hugo líka.

Seppi var aðlaðandi drengur með grípandi andlit sem fáir strákar á hans aldri höfðu. Hávaxinn og vöðvamikill en samt grannur handleggur, fannst mér ómótstæðileg einkenni hans í skólafríum þar sem við fórum oft framhjá hvor öðrum fyrir tilviljun og ímynduðum okkur að hann væri að reyna að elska mig; þó ég gæti ekki ímyndað mér nákvæmlega hvað systir hans og hann gætu verið að gera með mér; eitthvað sagði mér að Seppi gæti látið mig finnast ég vera öruggur um leið og hann tók mig í sterka fangið.

Heidi hafði ekki upplýst Söru og mig um hvert þau hefðu farið með bróður sínum, samt grunaði okkur Söru að hún vissi mikið um stráka og leyndarmál þeirra þarna niðri. Heidi minnti okkur mjög mikið á Clöru með lítil brjóst og ljósa lokka á meðan við vorum enn nakin á baðherberginu um morguninn.

Heidi var næstum orðin kvenkyns, sem kom mér á óvart. Mig grunaði að Seppi tæki ekkert mark á mér; óþróað barn með engin brjóst eða hár á milli fótanna sem hann gæti aldrei elskað þrátt fyrir örvæntingarfullar óskir mínar um að eignast einn sjálfur; kvöld eftir kvöld sá ég fyrir mér að liggja í rúminu mínu með sjálfan mig að snerta mig á meðan ég dreymdi.

Heima hjá Heidi og Seppi í jólafríinu fann ég oft afsakanir til að heimsækja. Einu sinni týndi ég minnisbókinni minni og vildi að hún afritaði færslurnar mínar; í annað sinn kom ég með sleðann með mér ef þeir vildu vera með í sleða; í annað skiptið lét ég eins og ég hefði runnið fyrir innkeyrsluna þeirra, sem leiddi til heils síðdegis hjá Seppi; á öðrum tímapunkti þóttist ég gráta yfir öðrum strák í bekknum til þess að Heidi segði Seppi frá mér svo hann yrði öfundsjúkur; þó kom hann sjaldan við;

Sarah fór að gruna mig og spurði mig nýlega á gamlárskvöld hvort Heidi væri nú besta vinkona mín. Í fyrstu langaði mig að hlæja að spurningu Söru en sá tár í augum hennar svo ákvað að útskýra langvarandi rómantískar tilfinningar mínar til Seppi (jafnvel þó að Sarah myndi líklega halda annað eftir að ég talaði endalaust um hann í meira en klukkutíma án þess að ná raunverulegum árangri með að ná honum. athygli). Ég sagði Söru frá óhamingjusömu ástarlífi mínu með Seppi; eftir að hafa heyrt mig tala um hann í næstum klukkutíma án svars myndi hún líklega gera ráð fyrir því.

Sarah hafði heldur ekki hugmynd um það. Annars vegar tók hún ekki til Seppi þar sem henni fannst hann of hégómlegur; en hins vegar elskaði hún Matheo og deildi eymd minni yfir því. Við vorum báðar sammála um að strákar ættu miklu einfaldara líf: engin þörf á að gráta yfir litlum stelpum eða takast á við þá undarlegu tilfinningu um ást sem ég glími við núna. Ef ég væri bara karlmaður - þá myndi Seppi kannski taka mig alvarlega sem vin sinn en eins og staðan er núna var ég varla til fyrir hann!

„Ég var of hrædd við að tala við Heidi um bróður sinn, eitthvað var að stoppa mig og fyrst í gær áttaði ég mig á hvers vegna. Þar sem ég lá og beið eftir því að Heidi kæmi aftur úr salerninu heyrði ég Heidi kalla eftir hjálp úr öðru herbergi í húsinu hennar. "

Þar sem ég vissi að Seppi bjó í næsta herbergi passaði ég upp á að hurðin væri ólæst áður en ég fór sjálfur inn í hana. Forvitinn stóð ég upp og leit inn á ganginn þar sem ég tók eftir honum hverfa inn í klósettklefa; upphaflega hélt ég að Heidi gæti hræða hann

út með almáttugu öskri en ekkert gerðist - í staðinn heyrðist ekkert annað en þögn frá öðrum hvorum aðilum.

Ég varð pirruð, svo ég tiplaði varlega í átt að klósetthurðinni og tiplaði inn til að kíkja í gegnum skráargatið til að sjá hvað hann og Heidi voru að gera þarna inni. Í fyrstu hugsaði ég um mistök mín, en missti næstum andann þegar Seppi stóð með buxurnar niðri á meðan Heidi hélt uppi hálfri skottinu, sem hafði dottið aftur á botninn hálf upprétttur, á meðan hún hélt í báðar kúlurnar í annarri hendi á meðan hún nuddi. typpið hans með öðru þar til allt í einu byrjaði Seppi að pissa aftur! Í hryllingi sló ég annan gólfvasa sem brotnaði í sundur áður en hann hrundi að lokum. Heidi tókst að vera örugg; á meðan ég hljóp aftur heim í herbergi Heidi í tæka tíð til að hrynja í rúmhaus Heidi áður en ég var umvafin kodda Heidi.

Fyrir utan heyrði ég klósetthurðina opnast og hvíslaði meðal systkina Heidi áður en Heidi kom inn í herbergið sitt og fann mig liggjandi á rúminu grátandi. Auðvitað vildi hún vita hvað væri að en ég gat varla horft í augun á henni miklu síður sagt henni hvað hafði gerst; því lét ég sem ég væri veikur og þyrfti að fara heim; Heidi reyndi að knúsa mig bless, en í staðinn sneri ég mér bara við og hljóp heim aftur án þess að vilja snúa aftur.

Heidi tók ekki eftir úttektum mínum. Hún var viðfangsefni næstum allra stráka í bekknum okkar og fór með uppátæki þeirra án mótmæla. Í skólaferðalaginu hans Leon fyrir nokkrum dögum spiluðum við uppáhaldsleikinn hans "Truth or Dare", þar sem hver einasti strákur vildi kyssa Heidi; í staðinn vildi hún frekar segja satt til að láta ekki blekkjast af fleiri strákum.

Heidi hafði þegar stofnað til rómantísks sambands í Þýskalandi sem gekk lengra en að haldast í hendur; Maðurinn hennar kenndi henni líklega kossatækni og annars konar tilhugalíf karla við stúlkur á hennar aldri. Þegar hún var tæplega 15 ára var hún vernduð fyrir öllum eineltisstrákunum á árinu hennar sem reyndu sífellt að klípa í rassinn á henni og skrifa vandræðaleg bréf, á meðan enginn þorði að gera grín að henni vegna þess að hún tilheyrði þegar einni af yfirstétt Þýskalands.
Um leið og Heidi kom til Frakklands tóku strákar í gagnfræðaskóla fljótt áhuga á henni. Fljótlega spurðu þau hvort þau mættu gefa henni far á hjólinu sínu eða fylgja þeim inn í bæ eða í unglingaveisluna. Bekkurinn minn mátti ekki mæta í neinar veislur á ungmennaheimilinu; Heiða ein fékk að fara. Kannski vegna þess að Seppi bróðir hennar fór þangað. Ein ástæðan fyrir því að ég vonaði að Heidi myndi taka mig með sér var, jafnvel þó að eftir reynslu mína í húsi Heidi var ég ekki viss um hvort ég

elskaði Seppi ennþá eða ekki. Heidi datt ekki einu sinni í hug að taka mig með sér; í staðinn vildi hún skilja strákana eftir að tuða á meðan hún fylgdi mér og Marcelle út á tún eða fylgdi Söru og Söru systur hennar á ballettball þar sem Francis hafði dansað einn í nokkurn tíma.
Um leið og Maurice frétti af þessu, hljóp Francis í amok meðal strákanna í bekknum mínum þar til hópur stúlkna tók sig saman og sagði Maurice að taka ekki á Francis, annars myndu þær dreifa orðrómi um að hann væri enn að bleyta rúmið sitt - sem var auðvitað ekki t málið yfirleitt!
Maurice gat aldrei sannað annað, sem varð til þess að hann gerði grín að Francis úr fjarlægð. Þrátt fyrir það notaði hann hvert tækifæri sem hann gat til að fylgjast með æfingum okkar út um gluggana í ballettsalnum; hugsanlega vegna þess að Heidi var nýlega byrjuð að dansa við okkur.

Maurice hélt því líka fram að Heidi væri einstakur kyssari og gæti ábyrgst þetta vegna allra stelpnanna sem hann hafði kysst, samt þekkti ég engan úr þorpinu okkar sem hefði nokkurn tíma kysst hann eða reynslu af því að kyssa einhvern annan en hann sjálfan; Mig grunaði þessa fullyrðingu auk þess sem Heidi kyssti oft Maurice í skólaferðalagi okkar; kannski líkaði Heidi nokkuð vel að hann kyssti Maurice? Þegar röðin kom að mér valdi ég Maurice næstum jafn mikið og Matheo því það voru fleiri að horfa á okkur báða!

En Heiða lét sér ekki nægja að kyssa; hún hafði líka gaman af öllu sem lofaði skemmtilegu. Í skólaferð okkar heim, skömmu áður en Maurice lagði til það, vann Heidi langa pissakeppni á vegum strákanna okkar - Maurice hafði sérstaklega stungið upp á þessu og valið Heidi sem annan af tveimur skyldukeppendum á móti einum af félaga sínum í útilegu til að keppa á móti. hann í þessa löngu pissakeppni. Við hlógum þegar Heidi ákvað að setjast á malarstíginn fyrir aftan búsetu ungmennabúða áður en hún lyfti pilsinu sínu, breiddi fæturna vítt í sundur, lyfti pilsinu upp lyfti upp, breiddi fæturna vítt og opnuðust, pissaði út breiðan boga og Maurice reyndi útstæð oddinn en mistókst áður. færast nær - að lokum vann Heidi og Maurice fór aldrei frá hlið hennar í þessari löngu ferð.

Hugo skrifaði mér loksins! Hann mundi vel eftir mér og var einstaklega hugsi í bréfi sínu, þó ekki sérstaklega langt. Fjölskylda hans hafði líka flutt sig um set innan borgarmarkanna og hann hóf nám í nýjum skóla, sem reyndist sérlega ánægjulegt þar sem besti vinur hans var líka kominn þaðan. Þó Hugo hafi ekki ennþá neinn sérstakan í okkar landi til að búa með sér til frambúðar, einhvern tíma myndi það örugglega breytast.

En Hugo myndi bíða í næstum mánuð í viðbót áður en hann heimsótti mig aftur. Á afmælisdaginn minn hafði mamma boðið honum, og þegar hann birtist skyndilega fyrir mér með þetta kunnuglega djarfa bros og háa ramma, var eins og enginn tími væri liðinn frá síðustu kynnum okkar, en samt vorum við bæði hann og ég orðin eldri, hærri og vitrari. frá því að við hittumst síðast - þó hann hafi litið vel út í síðbuxum og skyrtunni með uppbrettum ermum og viðurkennt sem fyrrverandi logi minn frá eilífð áður.

Vinir mínir sátu þegar þægilega í stofunni minni þegar Hugo kom inn. Samtöl þeirra hættu þegar allir sneru sér að okkur til að sjá hvern ég tók með mér; Ég tók í höndina á Hugo og kynnti hann fyrir Marcelle og Söru úr hópnum Clöru systur þeirra, Heidi Matheo Leon Babatte Marie Charles Francis auk tveggja stelpna úr reiðskemmunni minni sem vildu koma en komu of seint.

Heidi hafði gefið mér hrós en Seppi var í burtu vegna sumarflensunnar. Heidi vottaði samúð mína en raunverulega ósk mín var að ég yrði veik svo við gætum eytt meiri tíma saman án þess að smitast hvort af öðru - og svo þegar Hugo kom í kringum sig var sorginni samstundis létt þegar hann kyssti höndina á litlu systur minni á meðan hann dáðist að rauðu lokkunum hennar; Þegar hann kynnti hann fyrir Söru tjáði hann sig um hversu lík þau væru þegar þau voru borin saman hlið við hlið! Heidi virtist líka hrifin af honum - það kom ekki á óvart þar sem þau voru vön að gera út við einhvern svipaðan ári fyrr!
Clara hafði enn einu sinni tekið þátt í Bernard. Þau virtust óhjákvæmilega tengd, en í dag vildi Clara ekkert hafa með hann að gera eins og hún sagði mér; kannski hafði hún áhyggjur af því að hann gæti orðið ógnandi?

Amma hafði bakað eplakertu með þeyttum rjóma, tei og kakói; stelpurnar komu með kökur og ávexti; Francis kom með litlar kringlóttar súkkulaðikökur sem þeir sögðust ætla að deila þegar þeir kæmu aftur til Ameríku; Ég gerði ráð fyrir að hann hafi búið til þessar sjálfur á meðan hann bjó hjá frænda sínum sem er einhleypur núna.

Hugo var með þessa fallegu skuggamynd og grænu augun sem dáðu mig, dró augnaráð mitt frá öllum og á hann einn. Stundum horfði hann aftur á mig með sínu einkennisbrosi áður en hann hélt áfram samtali sínu - það var næstum eins og hann þekkti alla nú þegar, en vissi samt lítið um vini mína af bréfum sem ég skrifaði þeim. Sarah hvíslaði hversu góður Hugo væri á meðan Heidi sá bara Hugo; upphaflega pirraði þetta mig en svo áttaði ég mig á því að Hugo var hérna mín vegna!

Eftir að við vorum búin að borða köku hlupum við út í garðinn þar sem Hugo beið, japlaði ákaft og sveiflaði skottinu. Hann hljóp glaður um á milli trjáa þar til Maman hringdi í okkur til að gefa Hugo gjafir. Hún hafði sett þær snyrtilega fram á gjafir vinkonu minnar á stofuborðinu með blómum og plötum í spilun; Ég opnaði hvern slaufu eða pakka ákaft, þakklát fyrir bækur, sælgæti, tútta, ný reiðstígvél og innrammaða mynd sem sýnir okkur sem börn áður en ég flutti (undirritað "Með ást, Hugo")!

5. KAFLI

13. september 1973

Hugo hans eyddi næstum viku hjá okkur áður en hann skildi eftir mig aftur óhuggandi hjartveikan þegar hann ók af stað á bílnum sínum. Vinátta okkar hafði haldið áfram áreynslulaust þrátt fyrir að vera aðskilin um hálft líf mitt; og samt styrkti hver klukkutími sem var hlaupið saman um engi eða skvetta hvor öðrum í tjörnina aðeins trú mína: Ég myndi elska þennan dreng að eilífu. Samt fór hann og skildi mig enn og aftur eftir hjartslátt; hvorki Marcell, Sarah né móðir mín gátu huggað mig; loksins skildi ég hvers vegna Clara gat ekki sleppt takinu af Bernard: það var vegna þess að mér leið nákvæmlega eins um Hugo og Clara fannst um Bernard!

Við Hugo eyddum tímanum yfirleitt í heyskapinn eða ræddum eða hlógum yfir gömlum sögum sem hvorugur okkar munaði lengur, þar til einn daginn fór ég með hann í reiðskemmuna, kynnti hann fyrir Prince Noir og leyfði Hugo að hjóla með hann í taumi. ríða um stórkostlega eign Prince Noir. Hins vegar, ólíkt þegar ég hjólaði Charles I, þorði ég ekki yfir landið; að vita ekki hvernig undarlegt dýr eins og Charles gæti brugðist við; Hugo var ekki nógu líkamlega sterkur fyrir slíka viðleitni þó mér fyndist vöðvarnir hans vera tilvalið par!

Hann sagði mér að hann væri núna hluti af glímuhópnum í skólanum, sem og hversu mikið þeir æfðu nokkrum sinnum í viku. Því miður voru engar stelpur sem höfðu áhuga á glímu; þegar hann sýndi mér nokkrar aðferðir áttaði ég mig á hvers vegna. Samt undrandi fann ég fyrir óvæntri gleði þegar hann greip mig í sterkum örmum sínum og ýtti mér upp á túnið; frekar var þetta kunnugleg en enn ákafari náladofi sem ég hafði áður aðeins þekkt í gegnum kossa eða læknaleiki með Matheo.

Nálægð Hugo og fíngerður svitalykt var sannarlega gefandi þar sem hann lagðist ofan á mig og kenndi mér hvernig á að stöðva andstæðing. Jafnvel án þess að krafturinn hafi haldið mér föngnum fannst mér Hugo svo grípandi að ég þorði varla andanum þar sem andlit hans virtist aðeins millimetra í burtu!

Hugo færði sig nær, svo ég fann andardráttinn, heyrði andardráttinn og lyktaði hárið hans. Ég lokaði augunum, vafði handleggina um hálsinn á honum þegar varir hans snertu mínar - raflost fór í gegnum mig, samt ýtti ég mér í átt að Hugo, gaf aftur kossinum hans og dró hann nær mér.

Við Hugo lágum svona saman í dágóða stund, varirnar þrýstar saman, augun lokuð, hlustuðum aðeins á öndun hvors annars. Einmitt þegar svo virtist sem við gætum haldið þessu áfram fyrir fullt og allt, hreyfðist eitthvað í buxunum hans og varð nógu erfitt til að pota í magann á mér, sem vakti snöggan hlátur sem fékk Hugo til að hoppa skyndilega upp með roðnar kinnar og ókunnugum svip á fínum svip. Hann sneri sér frá og sagðist þurfa að nota klósettið; Ég horfði bara á eftir honum án þess að tala orð en fann allt í einu fyrir tómleika innra með mér án hans í fanginu.

Við Hugo skildum koss okkar ótalinn jafnvel þegar rætt var um Matheo og vísindarannsóknir okkar. Ég minntist aldrei á að við værum nakin, né spurði Hugo. Alltaf þegar stúlkur í sveitinni okkar dáðust að honum eða gerðu falleg augu til hans, virtist Hugo næstum feiminn; þetta truflaði mig ekki þar sem ég vissi að hann hafði ekki áhuga á öðrum en mér fyrr en hann sagðist þurfa að snúa aftur; heimur minn hrundi í sundur við að heyra þessar fréttir; allt í einu langaði mig ekkert frekar en að fylgja honum heim! Því miður strauk Maman mér aðeins yfir höfuðið áður en hún pakkaði honum nesti fyrir lestarferðina; þegar hann faðmaði hann í síðasta sinn, tárin streymdu frjálslega þegar léttartár fylltu sál mína þrátt fyrir að ég ætlaði mér að vera um borð í lestarferðinni heim þegar hann faðmaði mig í síðasta sinn sem hann skildi mig eftir um borð, og loks þegar hann faðmaði bless kl. síðast gat ég ekki haldið aftur af tárunum lengur!

2. nóvember 1973

Herra Bee er farinn - ja ekki bókstaflega en það var búið að gefast upp fyrir fullt og allt þar sem mamma hélt að ég væri orðin of gömul fyrir uppstoppuð dýr. Í fyrstu gerði það mig sorgmædda þar sem þetta hafði verið fyrsti raunverulegi elskhugi minn (amma kallaði hann þetta), en samt einhvern veginn nær en nokkur maður nokkurn tíma myndi koma aftur í þeim styrkleika. Í fyrstu kom það mér úr jafnvægi en á endanum aðlagast ég og fann aðra hluti til að hugga mig við í leyni.

Sarah var ekki saklaus af þessu heldur; hún sagði mér frá rauðu bursta Clöru á leikdeiti okkar í herbergi Söru. Clara kom inn og spurði eitthvað, og þegar Sarah tók eftir því að Clara setti á sig varalit, flissaði hún glaðlega; eftir það hvarf Clara inn á baðherbergið án þess að gefa okkur nokkurn hug; Sarah elti hana til að kíkja í gegnum skráargatið þar til hún hnýtti skyndilega hátt áður en hún dró mig fljótt aftur inn í herbergi Söru þegar Clara opnaði baðherbergishurðina til að sjá hvað væri að gerast fyrir utan. Clara sá hvað var að gerast áður en hún opnaði hana;

Sarah hneig niður í rúmið sitt hlæjandi óstjórnlega og í nokkrar mínútur gat ég ekki fengið nein svör frá henni nema fleiri hlátursköstum. Loks róaðist hún nógu mikið til að segja mér að hún hefði nýlega byrjað að nota rauða bursta móður sinnar í stað herra býflugunnar minnar fyrir svipuð verkefni; Mjúk bursturinn ætti að líða frábærlega á meðan harður, stutti stíllinn gaf svipaðan árangur. Hneykslaður spurði ég hvort hún væri að setja það inn - hvernig sem hún sagði nei; frekar myndi hún einfaldlega leggjast ofan á og nudda húðinni við burstin á meðan hún gerði þetta bara einu sinni annað hvert kvöld í þessum tilgangi!

Í fyrstu var ég forvitinn, en foreldrar Söru kölluðu í okkur að borða og trufluðu umræðuna okkar. Við borðið tók ég hins vegar strax eftir því að Clara var með skrýtnar kinnar sem kom huganum í gang þar sem ég ímyndaði mér hvar burstinn hefði getað valdið roða í staðinn. Ég og Sarah horfðum á hvort annað hlæjandi en ræddum líka afleiðingar þess aðeins lengra.

Clara var strítt af bróður sínum um grímukjólinn sinn og förðunarval fyrir grímuballið. Hann spurði hvort Clara ætlaði sér að vera trúður í sirkusnum, sem og hvort nýja maka hennar líkaði varalitur. Clara roðnaði svo fast að hún gæti hafa bjargað sér rautt. Móðir Clöru spurði hvort einhver förðun væri eftir; þá hljóp Clara grátandi inn í herbergið sitt á meðan við héldum áfram að borða og yppti öxlum af áhugaleysi.

Þegar rigndi síðdegis, skelltum við Sarah okkur í herbergi Söru aftur til að spila nýjan leik sem ég fékk í afmælisgjöf: Sannleikur eða þora spurningar með fyrirfram ákveðnum verkefnum til að klára í stað Sannleika eða þora.

Sarah þurfti einu sinni að prufa að ganga á höndunum og ég rökræddi um að segja henni frá ástarsorg minni vegna Hugo eða bara að segja stafrófið afturábak í staðinn. Að lokum valdi ég síðari kostinn þar sem það létti mig að ég þurfti ekki lengur að hugsa um hann á hverjum degi; við skrifuðum allavega aftur! Hins vegar voru tveir manna leikir ekki minn tebolli svo við fórum að hugsa um mismunandi verkefni þar til ég mundi eftir kinnalitsburstanum okkar!

Sarah uppgötvaði það þegar hún bar á sig krem eftir sturtu og lék sér með farða móður sinnar, lék sér að því með því að setja mjúk burstaburst á milli fótanna fyrir slysni - mér til mikillar ánægju þegar Sarah snerti mig síðar með sama mjúka burstanum á rúminu mínu. ! Mér leið strax vel.

Á gamlársdag 1974 setti balletthópurinn minn hátíðlega stórsýningu sína upp í safnaðarheimilinu, þar sem hálft þorpið var viðstaddur. Foreldrar mínir komu ásamt Páli og litlu systur minni; Bróðir Söru og foreldrar komu líka til að horfa á dætur sínar dansa; Heidi sagði mér að Seppi myndi líka koma, sem olli mér miklum kvíða - þar til Charles tilkynnti formlega viðveru sína og tilkynnti það!

Clara æfði sig í að snúa sér á tánum á meðan Sarah þurfti að fara fljótt á klósettið - líklega jafn spennt! Í marga daga höfðum við æft hverja frímínútu með Sophie sem ballettkennara til að æfa kóreógrafíu fyrir Sophie til að kenna okkur. Bróðir Söru aðstoðaði stundum við lyftingaræfingar og snerti fæturna mína fyrir slysni margoft án míns samþykkis en þetta var ekki eitthvað sem ég tók of oft eftir því ég vissi að þessi hjálp myndi ekki endast að eilífu.

Marcelle tók þátt í dansinum okkar, hoppaði glöð í kringum okkur og hermdi eftir hreyfingum okkar. Undanfarið hafði áhuginn hins vegar minnkað og hún vildi helst leika við dýrin hans afa eða klifra í trjám með strákum á hennar aldri. Marcelle var ekki hrifin af pilsum og kom klædd í dúnbuxurnar sínar í dag - eitthvað sem olli töluverðum vandræðum þegar hún byrjaði í skóla nokkrum mánuðum áður þegar Marcelle neitaði að klæðast hefðbundnum hvítum kjól (þrátt fyrir óskir Maman); Á engum skólamyndum hló Marcell um leið og kominn var tími á skólamyndatökur! Maman sigraði en Marcell brosti ekki einu sinni!

Í dag sat hún róleg í þriðju röð með Paul í kjöltunni og gaf enga vísbendingu um hvort hún kom af sjálfsdáðum eða undir þrýstingi frá foreldrum mínum. Með tímanum fylltust stólaraðir í safnaðarheimilinu hægt og rólega af mörgum bekkjarfélögum mínum sem og nokkrum strákum úr bekknum mínum og víðar.

Líklega var búist við að Fancis yrði auðvelt skotmark að háði innan balletthóps síns; en Francis sannaði gildi sitt sem hæfileikaríkur einleikari og kom oft fram við hlið Clöru. Í dag myndi Francis leika þennan þátt og flytja hann eingöngu.

Faðir Fanci, borgarstjórinn, sat fremst í röðinni; Við hliðina á honum var móðir Clöru sem greinilega fór vel með báða mennina. Móðir Francis hafði dáið þegar hann fæddi hann en faðir hans giftist aldrei aftur, sem gerði hann að hæfasta ungfrúnni í litla bænum okkar, að sögn ömmu minnar. Faðir Clöru virtist ekki hafa áhyggjur af því að Clara talaði fjörlega við borgarstjórann og gaf þumalfingur upp þegar dætur hans gægðust í gegnum rifur í gluggatjaldinu.

Heidi hafði ekki sýnt, né voru Seppi eða foreldrar hans viðstaddir. Spennan jókst gríðarlega ef hann kom eins og ég þekkti hann úr spjalli í skólagarðinum undanfarnar vikur og með því að Heidi kynnti okkur þegar hún heimsótti systur sína til að æfa frönsku saman - ég man að ég fann púlsinn renna í gegnum tindin þegar hann rétti mér höndina og starði á mig rétt. í augun áður en þú gefur það! Ég sá Seppi í síðasta sinn stinggræn augu líta beint til baka áður en ég afhenti hann, hjartað mitt fljúga í gegnum æðar mínar áður en ég tók í höndina á mér... Ég heyrði púlsinn hlaupa í gegnum musterið á mér þegar hjartað hljóp áfram.

Um leið og Seppi kom með fjölskyldu sína og settist í sæti þeirra á aftari röðinni, byrjaði ég að snúa mér á tánum til að undirbúa mig fyrir að snúa mér á þær þegar brosið hans fékk mig til að lyfta handleggjunum frjálslega - fannst ég vera þyngdarlaus eins og fjöður sem svífur í burtu með vindinum.

Í gær áttaði ég mig á því að ég myndi aldrei elska strák aftur og kenndi foreldrum mínum um. Ég hafði ekki sofið vel og dreymdi að það væri eldur í hlöðu okkar, sem truflaði svefn minn þar til hann náði loks tökum á ný og varð til þess að ég ákvað að fara á klósettið án þess að kveikja ljós; án þess að kveikja á neinu, laumaðist út án þess að kveikja ljós til að fara beint þangað þegar allt í einu heyrði undarlegt hljóð koma þaðan sem foreldrar mínir sváfu á ganginum sínum.

Áhyggjufullur læddist ég meðfram veggnum í átt að ókunnugum hljóðum sem urðu æ heyranlegari þegar ég nálgaðist. Þau virtust eins og ég og Marcelle værum að leika okkur, kannski hoppandi upp í rúm foreldra okkar; samt af hverju myndi einhver gera svona athöfn um miðja nótt, þar sem þetta myndi örugglega vekja báða foreldra?

Svefnherbergishurð foreldra minna stóð örlítið opin. Tíst og brak hafði vikið fyrir ókunnugu hljóði - kannski suð eða stun? - sem brugði mér. Svo ég nálgaðist sprunguna í hurðinni varlega, gægðist í gegnum en sá bara skugga; Þegar ég ýtti mér lengra upp, uppgötvaði ég voðalega veru sem sat ofan á rúminu sínu og gaf frá sér dularfull hljóð og hreyfðist misjafnlega upp og niður eins og hún væri að reyna að komast undan athygli minni. Þessi skepna virtist ætla að ráðast á okkur bæði!

Þegar ég leitaði í örvæntingu að ljósrofanum, en tókst ekki að finna hann, fraus ég af losti. Bíll sem átti leið framhjá hafði lýst upp svefnherbergi okkar í stutta stund og sýndi mér að það var ekki skrímsli að éta foreldra mína heldur frekar faðir minn krjúpandi fyrir aftan móður mína með rassinn í hendinni á sér á meðan hann gerði villtar hreyfingar fram og til baka með nöldri eins og sært dýr á meðan mamma mín stundi upphátt eins og hún þjáðist af miklum sársauka. Öskur byrjaði að bergmála í gegnum heimili okkar áður en ég teygði mig í ljósrofann og uppgötvaði að báðir foreldrarnir voru naktir og sveittir - sjokk og hryllingur!

Faðir minn leitaði ákafur að einhverju til að hylja sig og mömmu, en ég hafði þegar tekið eftir uppréttri hananum hans og hugsaði um stóðhestinn aftan frá reiðskemmunni. Rétt eins og áður þegar hann lá á meri, hallaði hann sér nú að móður, krjúpi við hliðina á honum með sundur fæturna á meðan hann kallaði á mig að fara út úr herberginu.

Alveg skelfingu lostinn sneri ég heim og reyndi árangurslaust að hrista myndirnar úr huga mér, enn og aftur. Þess í stað lá ég andvaka og hugsaði um þau í talsverðan tíma; kom foreldrum mínum á óvart. Það sem hafði gerst var svo sannarlega ekki það sem ég ímyndaði mér þegar kemur að því að elska, það leit út og hljómaði of grimmt og sársaukafullt; Stynur Mamans ómuðu enn í gegnum eyrun á mér á meðan faðir gaf frá sér ógeðsleg hljóð sem ollu skelfingu í mér; aldrei myndi ég vilja upplifa slíkan sársauka sjálfur; Mamma hafði án efa gengið í gegnum.

Faðir minn reyndi að útskýra hvað hafði gerst í gærkvöldi fyrir mér morguninn eftir, en þetta breytti engu. Hann fullvissaði um að ekkert illt hefði orðið fyrir Maman og sagði jafnvel að það væri ánægjulegt ef fullorðnir gerðu svipaðar athafnir í rúmi sínu; allir sem elskuðu hvort annað myndu gera slíkt saman - þess vegna hefðum við systkinin orðið til annars. En allt þetta gerði mig bara enn frekar óánægðan því það myndi aldrei vera mögulegt fyrir foreldra mína að líkja eftir því sem hestarnir í vellinum gerðu þá, þannig að ég skildi viðbjóð og hét aldrei að gera slíkar aðgerðir, sama hversu mjög ástfangin af strák ég gæti finna til með þeim aftur, sama hver það var eða hver sem var viðriðinn.

1. maí 1974

Það tók mig nokkurn tíma áður en ég náði að opna mig fyrir Söru um upplifun mína í svefnherbergi foreldra minna. Það sem ég sá var of truflandi og vandræðalegt til að jafnvel ræða við besta vin minn; samt þegar Heidi sagði ítrekað að þau gætu ekki beðið þar til þau gætu gert það með strák, byrjaði ég að spyrja hvað Heidi meinti með þessari fullyrðingu og hvort hún skildi hvað var verið að ræða.

Sarah gat ekki ímyndað sér að nokkur vina okkar, þar á meðal Heidi, tæki þátt í slíkum aðgerðum með strákum. Þegar ég opinberaði orsök þessara skelfilegu hávaða um miðja nótt og hvernig ég hafði komið foreldrum mínum á óvart í rúminu sínu - náði hryllingurinn fljótt allri forvitni sem hún gæti hafa fundið fyrir um málið. Þó að við vissum um að börn verða til og foreldrar þeirra út frá skýringum í kennslubókum - að verða vitni að því sjálf var eitthvað allt annað!

Sérhver rómantísk hugmynd sem við höfðum deilt með Emmu og Clement hafði sundrast; hver leikur föður-móður-barns frá bernsku okkar var horfinn, í staðinn fyrir myndir sem minntu meira ofbeldi en eymsli. Við Sarah ræddum um að segja Clöru, Leon eða Matheo hvað hefði gerst en ákváðum að gera það af ótta við að foreldrar mínir gætu komist að því í gegnum aðra heimild.

Leon hafði nýlega stært sig af því að hafa stungið hlutnum sínum í stúlknaholu, eins og allir fullorðnir höfðu gert. Heidi spurði og Leon staðfesti þessa fullyrðingu en enginn trúði honum vegna þess að hafa ekki átt í neinum samböndum eða verið sérlega hæfur við stelpur; við gátum ekki hugsað um neinn í sveitinni okkar sem myndi vilja hafa eitthvað með dálítið þroskaheftan slátrarason að gera, þó við værum ekki alveg viss hvort sem er. En eins og með allt kynferðislegt, þú vissir aldrei.

Fjórtán ára stóð Leon hár og sterkur. Heidi virtist sérstaklega hrifin af honum og reyndi að ná meiri upplýsingum frá honum, en Leon brosti einfaldlega og svaraði að Heidi væri of ung. Heidi varð mjög reið út af þessu athæfi, sem ýtti enn frekar undir metnaðinn. Skömmu síðar varð hún sýnilegri meðal eldri strákanna okkar í skólagarðinum og fyrstu hvíslin fóru að berast um að hún ætti nú þegar eldri herramann með skegg! En við héldum að hún vildi bara finnast mikilvæg eins og Seppi hafði gert við mig; Draumur minn hafði alltaf verið að skapa sömu reynslu með Seppi og hún hafði með mér; því miður eftir þessa reynslu birtist hann ekki lengur þegar ég strýk mig á hverju kvöldi fyrir svefn.

10. júlí 1974

Marcelle hafði dottið af hesti sínum og handleggsbrotnað og sent hana á sjúkrahús. Ég sá um bæði dýr og hest í hesthúsi þess á meðan ég fór í túra einstaka sinnum; annars heimsóttum við Marcelle á spítalann til að koma með bækur, sælgæti, ís og límonaði að gjöf - eða einfaldlega leyfum okkur að reka í gegnum frítímann saman. Systir mín þurfti aðeins að fara í aðgerð í stuttan tíma áður en hægt var að sjá um hana heima frá upphafi til enda.

Sarah var á ferð með foreldrum sínum og systkinum, líklega til Normandí. Ég hafði ætlað mér að fara með þeim, en afi og amma gátu ekki veitt Paul og Marcelle næga umönnun á meðan foreldrar mínir unnu. Þess vegna var ég áfram heima sem stóra systir þeirra í staðinn.

Matheo og Leon héldu mér oft félagsskap, á meðan Marcelle fylgdist með mér mest allan tímann, svekktur yfir því að geta ekki notað hægri handlegginn í neitt nema takmörkuð verkefni. Það truflaði mig ekki mikið þar sem áætlanir mínar voru ekki miklar hvort sem er - auk þess sem nokkrir strákar úr bekknum hennar komu til að mála gifsverk áður en þeir hanga á veröndinni okkar eða hæðast að kjúklingum sem ganga frjálslega!

Einn var sérstaklega ánægður með að vera með: lítill, rauðhærður strákur sem allir kölluðu Button. Þó að ég viti ekki raunverulegt nafn hans tók Knopf smám saman að sér hlutverk mitt sem staðgöngumóðir fyrir systur mína um leið og handleggur hennar var í gifsi og kom oft í heimsókn til okkar á meðan hann hélt í handlegg Marcelle með handlegg í staðinn. Marcelle yppti einfaldlega öxlum þegar ég spurði hvort þessi manneskja væri kærasti Marcelle; í staðinn blikkaði hún bara til mín.

Þar sem mamma fór aftur að vinna, hélt Paul fast að mér mest allan tímann og fylgdist með hvert sem ég fór. Því miður, vegna allra dýra sinna og heimilisstarfa, hafði amma ekki mikinn áhuga á að sinna honum lengur.

Einn síðdegi spilaði ég og aðstoðaði Paul. Við skvettum um saman í uppblásnu barnalauginni hans þar til ég varð svo blaut að ég þurfti að skipta um. Páll kallaði óþolinmóður upp nafnið mitt; Um leið og ég kom inn á baðherbergið byrjaði Paul að gala fyrir mér og þvagblöðran fór að dragast saman, með létti settist ég niður og horfði á gullgula þotu slá á klósettskálina á meðan ég velti því fyrir mér hvort við ættum enn ís í ísskápnum okkar.

Rétt þegar ég var búinn að draga upp nærbuxurnar mínar og beygja mig til að ná í gallabuxurnar mínar, labbaði Paul inn á baðherbergið án þess að taka eftir mér og stóð beint fyrir framan lokaða klósettskálina sem ég var nýbúinn að sitja á, dró niður sokkabuxurnar. pissaði í fjörugan boga í miðju klósettsetunnar - við gífurlegan hlátur minn sem varð til þess að Paul sneri sér við í losti og bleytti allt gólfið með þotunni sinni.

Paul hafði nýlega lært að fara á klósettið sjálfur og sýndi okkur stoltur hversu frábær hann var orðinn í því. Jafnvel þegar hann stóð kyrr ef hann fann fyrir smá þörf, skammaðist hann sín ekki fyrir að grípa fuglinn sinn, alveg nakinn, og pissa stoltur á teppið, skápinn eða dekkið á bílnum hans pabba án þess að vera refsað - en í næsta skrefi lærði Páll aðeins að nota salerni - þannig í þriðja skrefi kenndi ég honum hvernig á að lyfta lokinu fyrst á meðan hann þrífur baðherbergið fyrst!

9. september 1974

Fimmti bekkur var nýbyrjaður og mér leið eins og grunnskólabarni aftur. Stúlkur í hærri bekkjum voru þegar að þroskast í konur, á meðan sumir bekkjarfélagar í bekknum okkar höfðu einnig breyst verulega yfir sumarfríið; margir gnæfðu yfir drengi um næstum heilt höfuð; hafði þróað lítil brjóst; og klædd svo að eftir sé tekið.

Heidi hafði valið klæðnað sem gerði það að verkum að nærbuxurnar hennar sáust án þess að þurfa að beygja sig, og topp sem virtist meira eins og rönd sem hylur upphækkuð brjóst hennar en föt; enn hvorki kennarar né strákar í bekkjum fyrir ofan okkur gerðu nein athugasemd eða störðu á hana. Til samanburðar hafði ég sleppt sumarkjólnum mínum vegna hitabylgja síðsumars í þágu gallabuxna með blússu sem gerði minna áberandi að ég væri líka enn jafn flöt.

Sarah var nýkomin heim frá Normandí með hárið ljómandi af rauðum og appelsínugulum litbrigðum, andlitið þakið freknunum, húðin glitraði eins og heitt súkkulaði með mikilli mjólk og fyrsta kossinn, þökk sé dreng sem var í fríi á hóteli Söru ásamt foreldrum sínum. Sarah var ekki viss um hvernig henni fannst um það en var stolt af því að hafa átt einn þar sem enginn strákur virtist hafa áhuga á Clöru; Sarah brosti.

Það gladdi mig að sjá hana aftur sitja við hlið hennar á nýju skólaári. Aðeins við færðum okkur á síðasta bekk til þess að vera hlíft við barnalegum pappírsboltaárásum strákanna okkar í frímínútum eða öskrandi fótboltaleikjum þeirra með kókdósum fyrir utan skólagarðinn okkar, við stelpurnar höfðum betra að gera sem var nálægt.

Nemendur útskriftardeilda höfðu leitað skjóls í reykingahorninu.

Söru fannst Claude yndisleg, svo starf mitt var að vekja áhuga Pierre á mér svo við gætum öll farið saman í kvikmyndahúsið eins og Sarah vildi. Báðir strákarnir voru þegar orðnir mjög fullorðnir en höfðu ekkert á móti því að fara. Svo hittumst við einn laugardagseftirmiðdag nálægt bókasafninu okkar í nýopnuðu bíói þeirra nálægt.

Sarah og Claude kysstust hljóðlega við hliðina á okkur á meðan Pierre lagði handlegginn sinn um axlirnar á mér eftir að hafa teygt þær út með tungunni á meðan hann geispaði hátt. Mér var sama, en vildi ekki að hann kyssti mig. Hins vegar, án þess að meina það, komst hönd hans óvart á fótinn á mér frá hné og upp í átt að brún mínipilssins og lyftist upp til að hlaupa meðfram nærbuxum áður en hún lyftist aftur og hljóp niður nærbuxurnar aftur!

Pierre leit á aðgerðaleysi mitt sem hvatningu, hann leitaði á buxnabrúnunum mínum með fingrunum áður en hann lyfti þeim upp og renndi þeim án þess að hika undir buxnafæturna á mér. Nú var hönd hans beint á raufina á mér á meðan tveir af fingrunum hans reyndu að opna kisuvörurnar mínar - skyndilega, stífni innra með mér hvarf, höndin mín flaug upp, sló Pierre í kinnina með sléttu yfirborðinu á meðan ég öskraði á hann að sleppa takinu; sumir hlógu; en reiði og skömm fylltu andlit mitt af reiði og skömm sem varð til þess að blóð flæddi frjálslega áður en ég hljóp úr kvikmyndahúsinu á tveimur sekúndum án þess að kveðja; þegar hún heyrði hvað Pierre hafði gert þá faðmaði hún mig fast - við sáumst aldrei aftur eftir þennan dag!

Á Nikulásardaginn höfðum við fjölskylduhefð að ganga í langan göngutúr í skóginum og velja jólatréð okkar, merkja það með rauðu borði sem pabbi gæti slegið á það og sótt á aðfangadagskvöld. Þrátt fyrir að desember hafi verið óvenju mildur í ár krafðist mamma þess að við krakkarnir værum með þykka trefla, hanska, vetrarjakka, ullarhúfur og þykka trefla með vetrarjakka - ég var búin að svitna áður en við komum í skóginn!

Paul brosti glaðlega þegar faðir hans hristi hann yfir stíginn eins og æstur hestur og hristi litla bróður minn ákaft. Páll öskraði af spenningi þegar við komum að rjóðri í annars þéttum og fyrirsjáanlegum skógi; við hvíldum okkur þar á meðan Maman pakkaði niður lautarföngunum okkar - litlar kjötbollur, baguette sneiðar og epli; límonaði fyrir börn á meðan foreldrar mínir dekraðu við sig með vínglösum úr pappírsbollum.

Jólatrjáavalið í ár var frekar breitt en mjókkaði samhverft efst; ilmandi af kvoðu og þakið dökkgrænum nálum. Marcelle var leyft að festa bogann á meðan Paul hljóp villt meðal þéttsetinna trjáa sem olli því að Maman var alls ekki ró eða friður. Á meðan hugsaði ég um Seppi og hvort svipaðar hefðir væru til í Þýskalandi áður en þeir fluttu hingað; Heiða talaði stundum um að þau héldu jól þar áður en þau fluttu hingað en ég vissi ekki hvort slík hátíð væri þar líka.

Á leiðinni heim var mikil þrumuveður og regndropar fóru að falla jafnt og þétt - byrjaði hægt í fyrstu og styrktust smám saman þar til við komum öll fimm heim alveg gegnblaut. Maman rak okkur stelpurnar fljótt í heitt bað á meðan Paul baðaði sig. Við Marcelle nýttum okkur það með því að sökkva hvor annarri ofan í hana þar til við vorum öll á kafi alveg undir vatni! Við Marcelle sökktum okkur algjörlega á meðan Paul var baðaður í sitthvoru lagi - þar sem Paul valdi barnabaðið sitt á meðan okkur leið meira heima en nokkru sinni fyrr þegar kom að því að Paul var kominn í barnabaðið - bæði leið vel en svo ég sökkti mér alveg á kafi í því á meðan Marcelle gekk með mér í kaf.

Maman varaði okkur við að valda slíku flóði.

Eftir að hafa farið upp úr baðkarinu til að þurrka mig benti Marcelle á magann á mér af spenningi; Þegar betur var að gáð vissi ég hvað hún átti við: myrkvuð af litarefni af völdum vatns, nokkur hár voru farin að vaxa fyrir ofan sprunguna mína og labia, en þau höfðu ekki látið vita af sér því eftir að þau voru þurrkuð voru þau svo ljós að þau voru varla greinanleg. . Þegar ég horfði stoltur niður á sjálfan mig brosti ég: eftir svo langa bið eftir hárvexti loksins!

Eftir að ég hjálpaði Marcelle upp úr baðkarinu vafði ég hana inn í stórt handklæði og nuddaði hana varlega. Marcelle lýsti eftirsjá yfir því að vera ekki enn með hár; Ég hló að svari og svaraði að hún væri allt of ung til þess ennþá. Við fórum svo í kósí föt þar sem við myndum ekki fara að heiman í dag.

Heima, í huggulega hlýjunni í stofunni minni, settist ég við hlið eldsins, tók upp bók og íhugaði að segja Söru frá góðu fréttirnar mínar. Sarah hafði tekið eftir rauðleitum litum á milli fótanna fljótlega eftir fæðingu en það tók lengri tíma fyrir alvöru hár að koma út - þetta truflaði hana svo ég ákvað að segja engum frá fyrsta kynhárinu mínu til að valda ekki afbrýðisemi hjá Söru. Paul kom með Maman til að gefa öllum góða nótt knús áður en hann bar hann í vöggu sína á meðan ég hélt áfram að lesa bókina mína.

6. KAFLI

Árlega stóðu einstakir bekkir fyrir skoðunarferðum sem stóðu yfir í nokkra daga til að fá innsýn í land okkar og þjóð - framtak sem byggðasögukennari okkar stóð fyrir. Í ár heimsóttum við Grasse til að fræðast um ilmvatnsframleiðslu auk þess að nýta snjókomu í skíðakennslu; Ég fékk lánuð skíðin hennar mömmu sem voru aðeins sentimetrum hærri. Sarah hafði stækkað en fékk þau samt lánuð þegar hún fór með bekknum sínum til Parísar í staðinn.

Faðir minn fór með Söru og okkur á lestarstöðina þar sem flestir bekkjarfélagar mínir og foreldrar voru þegar saman komnir; í stað þess að taka lestina beint til Grasse tókum við hins vegar strætó sem lagði af stað líka frá þessari stöð. Francis hafði nýlega látið fjarlægja hálskirtla en var í veikindaleyfi; við fengum til liðs við okkur nokkra nemendur í 6. bekk sem höfðu ekki tekið þátt í ferð sinni síðasta haust.

Um leið og við fórum í rútuna settist Heidi í sæti við hliðina á einum af eldri strákunum og deildi með sér ferðamatnum sínum. Ég velti því fyrir mér hvort hann vissi að hún væri í raun og veru að ferðast með Pascal úr öðrum bekk en það virtist ekki trufla þá þar sem Heidi hló að hverju orði sem þessi óþekkti drengur talaði og hélt áfram að rugla upp löngu ljósu lokka hennar með höndunum.

Eftir nokkra klukkutíma akstur komum við loksins á farfuglaheimilið okkar, skipt í tvo álma: stelpur fyrir Söru, Heidi, Marie og Babette í einu herbergi með tvöföldum kojum í hverju herbergi og tómt sjötta rúm til að geyma eigur okkar - of stórt. að passa inn í þrönga málmskápa - á meðan Heidi vildi sjá hvernig komið væri fyrir strákunum en enginn okkar vildi fara að skoða sjálf.

Ilmvatnasafnið í Grasse var nógu notalegt, en ég tók varla eftir miklu þar sem Heidi hafði komið sér saman um að hitta nokkra stráka þar og hanga í mötuneytinu á meðan bekkurinn okkar fór í skoðunarferðina. Heidi fannst strax dragast að einum af þessum strákum úr rútusætinu sínu á meðan vinir hans kepptust við hvort annað um athygli frá öðrum kvenkyns nemendum; því miður reyndust viðleitni þeirra tilgangslaus; einn virtist minna sjálfsöruggur en hélt áfram að stara á mig en þorði ekki að tala.

Á skíðanámskeiðinu mínu, þar sem við hittumst aftur í byrjendahópnum, bætti ég það með því að hitta Raphael aftur í framhaldshópnum - en komst fljótlega að því að hann hafði bara skráð sig því hann vildi hitta mig! Það var yndislegt; svo mjög, að eg bað hann kenna mér brögð á skíðum; hann hét Raphael og var þrettán ára með langar, ótæmdar krullur og djúpgræn augu sem vöktu athygli mína.

Síðasta kvöldið okkar saman vildum við flest fara að sjá diskadóna spila á æskulýðsmiðstöð í nágrenninu. Þar sem við stelpurnar höfðum áður barist um einn veggspegilinn í herberginu okkar ákváðum við að hjálpa hver annarri með hár og förðun - Heidi átti mikið safn af kinnalitum, maskara, varalit og naglalakki sem hinar stelpurnar elskuðu að prófa hvor aðra; Ég ákvað fyrir mitt leyti að líta ekki út eins og nein af stelpunum úr bekknum hans Raphael og valdi því fíngerða pastellitóna - eitthvað sem Raphael virtist vera nógu hrifinn af um kvöldið til að hann dansaði meira að segja hægan dans við mig um kvöldið!

1. apríl 1975

Við Raphael áttum næstum mánaðarlanga rómantík, sem gerði hann að fyrsta opinbera kærastanum mínum þrátt fyrir sjaldgæfa fundi okkar. Við Raffael sátum saman á síðasta bekk í skólaferðabílnum okkar og héldumst í hendur á meðan Heidi kyssti nýju frúina sína við hliðina á mér í sætinu mínu - en ég gat ekki svarað þegar Raphael reyndi líka að sleikja!

Í skólanum vonaði ég að í frímínútum myndi ég hitta hann nógu oft; því miður eyddi hann mestum tíma sínum annaðhvort í að standa með vinum sínum eða reykja á reykingasvæðinu með eldri einkunnir, greinilega skammaður yfir að þurfa að hitta mig, sem var aðeins 11 ára á þeim tímapunkti.

En við sáumst oft í síðdegisskemmtunum eins og að hjóla í skóginum eða eyða tíma í æskulýðsklúbbnum hans eða fara í bíó. Hér leyfði ég Raphael að kyssa mig en afneitaði framgangi hans frekar - eitthvað var ekki alveg að smella með samband okkar og því varð mér óþægilegt að leyfa honum að snerta mig eða snerta buxurnar sínar, með sýnilegu bungunni.

Söru hafði litlar mætur á Raffael; kannski vegna þess að hann minnti hana of mikið á mig; eða hugsanlega vegna orðróms sem geisað hefur í bekknum mínum um hvernig klíkan hans elti hverja konu sem vildi ekki segja nei og henti þeim um leið og þau sváfu saman. Þó þessi saga hafi ekki meikað neitt sens fyrir mig persónulega, og myndi aldrei samþykkja meira en að kyssa Raffael þegar það byrjaði að gerast!

Heidi sagði að þær væru ekki á móti því að fá buxnabeiðnir frá strákum en hún myndi ekki samþykkja það ef við stelpurnar leyfðum þeim að fá nærbuxurnar okkar; samt, Heidi hélt áfram að mynda varanleg vináttubönd við nokkra stráka þrátt fyrir þessar sögusagnir.

Raphael hafði ekkert á móti því svo lengi sem ég þurfti tíma.

Móðir mín hafnaði því að ég ætti kærasta á meðan Marcelle fannst það móðgandi þegar hún tók Raffael og okkur að gera út. Vegna þessa hittumst við sjaldnar hjá mér og sóttum þess í stað æskustöðvar eða húsið hans; Raffael bjó með móður sinni, ömmu og bróður í einangruðu litlu húsi í útjaðri bæjarins; Faðir hans var týndur vegna rannsóknarferða sem jarðfræðingur í Suður-Ameríku og kom aldrei heim aftur.

Raphael átti engin systkini til að kalla sín eigin og var oft umkringdur tveimur konum allan daginn, sem þýðir að við áttum nánast enga eintíma saman. Þó þau væru mjög góð við mig, vildu þau greinilega ekki hafa strákinn sinn einn með mér lengi; svo kom mamma hans eða amma oft til að athuga hvort okkur vantaði eitthvað, værum þyrst eða þyrftum að koma inn í stofu þar sem spennandi sjónvarpsþættir eða kökur væri að finna.

Á einhverjum tímapunkti fórum við Raffael að hittast minna og minna; Ég byrjaði að hitta Söru, Matheo og Charles aftur, fór reglulega á hestbak eða eyddi tíma með Marie og Babette í tréhúsinu þeirra. Fljótlega varð Raffael sífellt minna í forgangi; jafnvel þegar hann stakk upp á því að við gætum verið vinir aftur á einum tímapunkti, kinkaði ég bara kolli og hugsaði með mér "Þarf ekki lengur!"

Nýlega sagði Matheo svívirðilega sögu. Við sátum með Marie og spiluðum amerískan kortaleik sem heitir Uno þegar allt í einu kom Raoul, stóri bróðir Marie inn í herbergið sitt og lokaði tjöldunum sínum; Ég og Marie sáum hvað hann var að gera núna og flissuðum upphátt. Matheo spurði Marie hvað væri svona skemmtilegt en einfaldlega yppti öxlum til að bregðast við því að Marie sagði honum að Raoul hefði snert sjálfan sig á óviðeigandi hátt þar - hugmynd sem gerði Matheo tóman í andlitinu um leið og hún snerti hann!

Hann kom okkur öllum á óvart þegar hann útskýrði að allir gerðu það og sagði frá leik sem strákar úr 6. og 7. bekk léku. Þessir strákar hittust reglulega í horni fyrir aftan ræktina okkar, í skjóli fyrir veggjum. Fimm drengir stóðu í kringum múrsteinsstafla sem þar var settur upp með annaðhvort smákökum eða baguette, drógu síðan niður buxurnar áður en þeir tóku báðum höndum um krossinn á þeim til að nudda þar til hörðustu hanarnir standa fyrst upp úr; þá myndi keppnin hefjast: Sá sem slær fyrst á téða köku myndi vinna verðlaunin.

Matheo útskýrði að það væri sæði sem gæti losnað með því að nudda hluta þinn og að konur notuðu sem frjóvgunarefni við getnað. Marie og ég skildum ekki alveg hvað þetta þýddi í fyrstu, en bæði hugsuðu til baka til að sjá hvað birtist úr hananum á Raoul. Ég mundi að faðir minn hafði minnst á eitthvað slíkt þegar hann talaði í baðkarinu við Marcelle; á þeim tíma áttaði ég mig ekki alveg á þýðingu þess.

Matheo hélt áfram og útskýrði að þegar allir nema einn strákur eru búnir að vera komnir, er leikur þeirra búinn. Til að refsa þessum ósóma verða jafnaldrar hans, sem stökkva kex yfir hann, að borða allt það kex sem Matheo og Marie stökktu yfir hann; sem gerði okkur næstum óglatt!

Eftir að nokkur tími var liðinn spurði hún Matheo hvort hann hefði einhvern tíma reynt þá iðju; honum til óánægju hristi hann höfuðið í afneitun.

Matheo var niðurdreginn og kvartaði við okkur yfir því að ekkert væri að koma út ennþá og því mátti hann ekki vera með í læknaleikjunum okkar. Ég gat ekki ímyndað mér að nokkur myndi jafnvel vilja það, en þar sem við Matheo höfðum aldrei prófað neitt í líkingu við það sem Matheo lýsti þegar kom að fyrri læknaleikjum okkar, stakk ég upp á því að hann sýndi okkur hvað myndi gerast ef ég nuddaði hanann hans á þann hátt sem hann lýst. Hehe, þegar Marie jafnaði sig af áfalli útskýrði ég þegar hún var að jafna sig eftir áfall.

Ertu enn á blæðingum? spurði kennarinn allt í einu og ég roðnaði. Ekki vegna þess að hún spurði vegna þess að sumar stelpur í bekknum okkar voru þegar með blæðingar; frekar vegna þess að ég athugaði á hverjum degi til að sjá hvort blæðingar kæmu loksins og fannst ég vera hrifin af þessu öllu saman.

Sarah hafði heldur ekki fengið blæðingar ennþá og var þakklát fyrir að það væri ekki komið. Sarah vissi hvaða erfiðleika systir hennar stóð frammi fyrir í hverjum mánuði þegar blæðingar komu; venjulega gerði það skap hennar verra en nokkru sinni fyrr. Sarah hvatti systur sína til að fara án þess í bili á meðan ég velti fyrir mér hvaða breytingar það gæti haft í för með sér fyrir mig persónulega.

Í fyrstu virtust bekkjarfélagar mínir ekkert hafa breyst; eins og óþroskuð börn hlupu þau um ganginn í kennslustofunni og drógu í hár stúlkna eða hentu pennaveskjum í hvort annað til að fá athygli - vandræðaleg og óþroskuð hegðun! Seinni tímarnir virtust þó nokkuð ólíkir; sérstaklega Seppi frá Heidi systur Heidi sem ég sá oft í kringum uppáhaldsstaðinn okkar við tjörnina þar sem hópurinn hans var lagður út að spjalla sín á milli og virtist hissa þegar ég og Sarah lögðum teppið okkar við hliðina á því og lögðumst við hliðina á því!

Sarah stóð sig fallega upp úr karamellubrúnu húðinni minni í græna bikiníinu sínu; minn stóð fallega upp úr gulu minni, stóð fallega út á móti grænu Söru. Við nudduðum hvort annað með sólarvörn - eitthvað sem Seppi og vinir hans virtust hafa áhuga á að fylgjast vel með - samt sem áður virtist Seppi sjálfur vera óvirkur við starfsemi okkar, sem gaf mér ástæðu til eftirsjár þar sem ég vissi að hann hafði gaman af stelpum eins og Söru - að leika lækni þótti ekki lengur leika, frekar við notuðum Heidi, frá Ameríku, sem kennara til að kenna okkur þetta ástúðarorð frekar að klappa í staðinn.

30. ágúst 1975

Sumarfríið mitt var næstum á enda; aðeins einn dagur í viðbót stóð á milli mín og að upplifa nokkrar af bestu vikum allra tíma og hlakka ekki lengur til skólans. Í þetta skiptið hafði ég þó fallið fyrir öðrum en Seppi, Charles eða Matheo; Andrea frá Liguria þar sem foreldrar mínir voru í fríi var ástfanginn minn.

Andrea var grannur en draumkenndur strákur með svart hár og hrífandi blá augu sem ég hafði nokkurn tíma séð. Þegar ég var 14 ára byrjaði útlit hans fljótt að draga úr andúð móður minnar þar sem ég eyddi æ meiri tíma með honum. Við hittumst á ströndinni nálægt ísbíl sem hringdi á klukkutíma fresti eða svo; Andrea stóð fyrir framan mig til að kaupa eina síðasta sleikju áður en hún borgaði, snéri sér við rauðan, rétti mér hann, varð sjálfur rauður aftur, sneri aftur við áður en hann kvaddi með „Ciao Bella".

Í fyrstu var ég of hissa til að bregðast við, fannst ég vera gagntekin af augum hans og feimna brosi. Þegar ég var kominn á strandstólinn okkar varð ég svekktur yfir því að hafa ekki brugðist við - fattaði ekki hvert hann hafði farið fyrr en ég náði strandstólnum okkar, svo eyddi mestum hluta síðdegisins í stefnulaust að ráfa meðfram ströndinni í von um að hann gæti komið aftur út síðar um daginn þegar frændi minn sagði honum hvar ég ætti heima! Hins vegar degi síðar þegar hann kom til baka fann hann mig þar!

Hann talaði ekki frönsku og ég talaði bara smá ítölsku en oftast tók hann í höndina á mér og sýndi mér fallega heimalandið sitt. Það sem sló mig mest var að horfa á og hlusta þegar hann lýsti heimili sínu og sjó á hljómmikilli ítölsku. Þessar minningar munu fylgja mér alla ævi; þessar myndir og nálægðin var nóg til að ég gleymdi aldrei þessari upplifun!

Þótt hjörtu okkar þráði að flýja Ítalíu var það ekki mögulegt og þess vegna var hvert augnablik talið.

Næstsíðasta kvöldið okkar sátum við fyrir ofan þorpið í ólífulundi með stórkostlegu útsýni yfir alla ströndina og brattar brekkur hennar umkringdar bláblaum sjó. Þegar sólin settist hægt og rólega fyrir aftan okkur og breytti sjónum í fljótandi gull sem byrjaði smám saman að glóa, varð Alassio sýnilegur eins og ljósaband meðfram fjallstöngunum; Ég fann að hálsinn á mér herðist af tilfinningum yfir slíkri fegurð á meðan ég man að ég myndi kveðja á morgun þegar Andrea kyssti mig bless.

Á þeirri stundu virtist allt stöðvast; mávarnir hættu að gráta af óánægju, meira að segja sífljótandi úðinn sem skall á ströndum mínum stöðvaðist í eina stutta sekúndu - svo lengi sem eilífð og varir samt bara augnabliks hjartsláttur. Í fyrsta skipti nokkurn tíma fékk ég koss og fann mjúkar varir hans gegn mínum; andaði að sér hlýja ilminn af ströndinni, sólinni og drengnum sem ríkti um veru hans; andaði djúpt að sér ljúfa ilminn hans af strönd, sól og strák sem allt streymdi frá veru hans - ég hefði getað verið svona að eilífu, kysst hann og látið tímann stoppa með því að hann hélt um hálsinn á honum á meðan við kysstum hvort annað að eilífu.

Í fyrstu fann ég hönd hans á hnénu mínu, hreyfðist hægt upp lærið á mér án þess að stoppa þegar hún var komin að brún pilssins. Á því augnabliki varð ég kvíðin; Ég vildi ekki spilla þessari dýrmætu stund og stoppaði hann fljótt áður en hlutirnir gætu stigmagnast enn frekar. Öll þessi ár hafði ég ímyndað mér hvernig það myndi líða fyrir einhvern að snerta mig; samt núna var þetta að gerast í raunveruleikanum og ég hafði engan áhuga. Við fundum spennu hvors annars í gegnum buxurnar hans en sættum okkur á endanum við þennan eina koss áður en við fórum. Vona að ég myndi ekki valda honum vonbrigðum en Andrea brosti til baka og ég fann fyrir ánægju og gleði frá þessum kossi einum saman!

2. október 1975

Ég man oft eftir Andreu eins og Hugo fimm árum áður. Tilfinningar okkar eru svipaðar en það var eitthvað öðruvísi á milli okkar í þetta skiptið: Jafnvel eftir að kossinum okkar var lokið og nóttin var runnin upp, brunnu enn varir mínar af því að finna hans. Þegar við gengum hönd í hönd aftur að gistiheimilinu þar sem hann kvaddi, andaði ítölsku, sagði ég honum hversu mikið ég elskaði hann aftur og lokaði augunum, fann hann kyssa varirnar mínar í síðasta sinn áður en mamma truflaði og braut augnablik; Andrea hljóp hratt af stað á meðan ég fór reiður inn í herbergið mitt án þess að annað orð frá honum eða honum kæmu nokkurn tíma aftur.

Um nóttina lá ég andvaka tímunum saman. Þó ég hafi oft haldið að ég hefði orðið ástfanginn af strákum áður, þá fannst mér þetta öðruvísi - í stað þess að líða eins og hjartað í mér væri að hlaupa og lófana sveittir af miklu líkamlegu aðdráttarafli, kom eitthvað hlýtt yfir líkama minn frá brjósti niður í gegnum kvið til fóta; styrkleiki þess náði hámarki þegar Andrea snerti fótinn minn með fingrunum til að afhjúpa leyndarmálið mitt og þrýsti sér svo að mér svo ég gæti fundið fyrir spenningi hans!

Líffræðitími hafði kennt okkur að kalla þessa tilfinningu stinningu og ég hafði séð og fundið fyrir henni margoft síðan. Charles á Prinz Noir kynnti það í fyrsta skipti á meðan Matheo snerti það og fann það líka. En þegar Andrea fékk stinningu fann ég mikinn hitablástur frá því um allt hold mitt á þeim stað - eins og hjartsláttur minn gæti fundist þarna á milli fótanna á mér!

Klukkutímum síðar í rúminu hélst hlýjan mikil þar til ég strauk og gladdi mig margoft; þá fyrst minnkaði dúndrandi á viðkvæmasta blettinum mínum. Jafnvel í dag þegar ég hugsa til baka um þann koss og stinningu Andreu finn ég hlýjuna koma aftur með brýnni löngun til að snerta mig; mér til mikillar undrunar geri ég einmitt það.

„Ólíkt fyrri nætursnertingum mínum, þegar ég hugsa um Andreu þá finnst mér gaman að strjúka mér blautur á milli labia - mér líður vel og ég elska að finna þessa feita bleytu þegar ég strýk mér.

Clara sagði Clöru og Söru frá uppgötvun minni, sem Sarah þekkti jafnvel án þess að hafa lent í nánum kynnum við neina stráka. Þegar ég eyddi annarri nóttu heima hjá Söru, notuðum við rauða burstann hennar mömmu til að sjá hvort við gætum snert hann til að blotna og vorum ánægð með hversu fljótt spennan breiddist út um okkur öll. Söru vildi meira að segja ganga lengra með því að nota slétt handfangið við húðina til að reyna að komast í gegnum bleytu hennar; Ég þorði það ekki, svo þess í stað settist ég upp, breiddi fæturna í sundur og færði enda hans nær rauðlogandi raufinni hennar.

Nú var ég fús til að prófa það sjálfur og ákvað að ýta inn litlu stykki og vona að það verði ekki of lengi að toga í stað sársauka til að gera fyrstu reynslu mína þess virði. Áður en ég hitti Andrea virtist þetta kannski ólíklegt en eftir kvöldstund yfir þökum heimabæjar hans í Ítalíu vissi ég að það þyrftu ekki að vera fleiri orð frá Andrea um náið samband okkar.

Fyrsta kynlífsreynsla mín yrði samt smá frí, svo í bili tók ég mér nýfengið frelsi og naut þess að finna líkama minn breytast samhliða sterkri löngun í kærasta - ólíkt Raffael sem ég hafði óskað eftir sem félaga mínum á öllum sviðum lífið - þar á meðal að ganga um bæinn hönd í hönd eða deila kvikmyndadagsetningum eins og Clara eða Heidi gerðu - þó að engir gjaldgengir frambjóðendur hafi enn gefið sig fram.

Í fyrstu laðaðist ég að Seppi, bróður Heidi sem var náinn Hugo en hafði ekki mikinn áhuga á mér. Seppi tók eftir mér núna en virtist ekki vera svo ákafur. Þetta kom ekki á óvart í ljósi þess að hann var ljóshærður, hávaxinn og virkilega myndarlegur með sína áræðu hárgreiðslu og heillandi bros; margar stelpur í háskólanum mínum, þar sem ég var nýbyrjuð að sækja námskeið síðan á þessu skólaári voru hrifnar af honum - það voru meira að segja sögusagnir um að hann kyssti þær flestar eða hefði átt sambönd í efri bekkjum en þetta var heldur ekki satt!

Charles var sonur grunnskólakennarans míns og reiðkennari minn. Í túrunum okkar saman fann ég oft ástina hans á bakinu á mér, þar sem hann þrýsti þétt að bakinu á mér á meðan hann var með handlegginn um mittið á mér þegar við hjóluðum saman. Undanfarið stakk hann oft hendinni á brjóstið á mér óviljandi og strauk varlega upréttum geirvörtum mínum - eitthvað sem var bæði ósvífið og notalegt í einu, þess vegna stöðvaði ég hann ekki í þessu; samt vantaði eitthvað sem gæti gert Charles að vini mínum, eins og það sem ég hafði nýlega upplifað með Andreu en aldrei fundið fyrir með Charles.

Matheo var síðasti kosturinn minn. Við höfðum aldrei verið nánar en samt deildi ég mörgum innilegum leyndarmálum með honum. Ennfremur var hann fyrsti og eini strákurinn hingað til sem hafði séð mig nakinn og mátti snerta mig. Í fyrstu roðnaði, þegar hann gerði misheppnaða fyrstu kosstilraun sína, hélt ég að við hefðum orðið ástfangin innilega - aðeins seinna gerði kossar á meðan ég lék lækni mig til að átta mig á því að ég væri með bróður í staðinn.

Paul kúrði mig kunnuglega en á ókunnugan hátt; Matheo virtist vera meiri stóri bróðir í mínum augum og var loksins skipt út fyrir fiðrildi svipað þeim sem ég fann þegar ég hitti Andreu fyrst.

Já, ég vissi að það voru aðrir strákar í kringum mig; eins og Francis sem ég hitti bæði í bekkjum og balletttímum en var fjarlægur gagnvart stelpum eða nánum vináttuböndum. Að ganga hönd í hönd um bæinn okkar með honum hefði verið eins og að vera með Söru; í staðinn var Sarah að hrifsa af Patrice (í sjötta bekk - vinur Matheo bróður síns), jafnvel þó að Patrice sýndi Söru engan áhuga eins og sjálfri sér.

Við héldum okkur því út af fyrir okkur og horfðum með afbrýðisemi á þegar Heidi náði athygli allra stráka í háskólanum og kyssti suma af og til í mismunandi hornum skólagarðsins. Nýlega var hún farin að deita Jean, einum bekkjarfélaga Seppi; annað hvort var honum sama um að Heidi daðraði líka við aðra stráka eða væri blind. Ég vorkenndi Jean; hann þótti nógu sætur; samt sætti sig einhvern veginn við alla þessa framkomu Heiði; hvers vegna hann þoldi þetta var mér óviðjafnanlegt, þó að Heiða hafi greinilega hleypt honum í og úr nærfötunum; augljóslega bætti þetta upp þolinmæði hans eða blindu ef það sem aðrar stúlkur höfðu sagt; sá ég eftir því að hafa komið í veg fyrir að Andrea snerti Andreu í dag?

Í gærkvöldi varð ég kona, ekki vegna þess að ég svaf hjá strák heldur vegna þess að ég fékk blæðingar. Dagana áður hafði ég fundið fyrir undarlegri togatilfinningu í kviðnum sem myndi dofna eftir nokkurn tíma; slíkur sársauki hverfur venjulega án vandræða; ekki í þetta skiptið samt.

Þegar við vorum í stærðfræði og ég horfði fjarverandi út um gluggann og hugsaði um Ítalíu og Andreu, varð ég skyndilega blaut á milli fótanna. Þó að þetta hafi ekki komið mér á óvart þar sem eftirvæntingin eftir síðasta kvöldinu okkar í Alessio hrærir oft eitthvað innra með mér, fannst þessi bleyta einhvern veginn öðruvísi; næstum eins og það væri að síast innan úr mér líkamlega! Þessi tilfinning virtist óeinkennandi fyrir venjulegt sjálf sitt.

Á ómerktu augnabliki renndi ég óvænt upp buxunum og strauk hægri hendinni stuttlega undir skólaborðið og dýfði henni í óvænta bleytu, en dró hana út aftur með blóðugum fingurgómum. Sjokk breyttist í grun þegar ég sá blóðuga fingurgóma mína en bað kennarann minn að lokum um leyfi til að fara á klósettið þar sem ég fjarlægði allan fatnað með klósettpappír til að reyna að fjarlægja, fóðraði nærbuxurnar mínar með pappír og þakkaði Guði fyrir að lime grænu mínar virtust horfnar fyrir góður.

Þegar ég kom heim spurði ég mömmu hvað ég ætti að gera næst og varð hissa þegar hún tók mig í fangið, kyssti ennið á mér og fagnaði fréttum mínum - eitthvað sem olli henni stundum óþægindum - á sama tíma og ég var stolt af því að ég væri loksins ekki lengur barnið hennar . Saman leituðum við að hreinlætishandklæðum og tampónum sem henta mér; þegar leitað var, myndi lítill hani Matheo koma upp í huganum öðru hvoru þegar hann fann þá erfiða.

Eftir að hafa komið heim og verið ein á klósettinu prófaði ég að stinga öðrum tampon í; en þessi var verulega frábrugðin Söru daginn áður; kinnaburstinn minn varð þurr og var of sár þannig að ég gafst upp. Í staðinn valdi ég nærbuxnaklæði sem bráðabirgðaráðstöfun og spurði Clöru og Heidi hvort þær notuðu tappa, hvernig og ef svo er hvernig.

Sarah átti erfitt með að leyna öfund sinni af fyrstu blæðingum mínum þegar ég sagði henni ástæðuna fyrir því að ég missti af balletttímanum í dag, en að lokum faðmaði hún mig og var ánægð með mig. En einum degi seinna þegar það var byrjað var ég ekki alveg viss um að það væri næg ástæða til að fagna; áður en vekjaraklukkan hringdi vaknaði ég með þvílíka spennu í kviðnum að ég hljóp á klósettið í von um að sársaukinn myndi minnka um leið og ég pissaði - því miður gerðist það ekki heldur!

Þessir stungandi, togverkir héldu áfram allan daginn, burtséð frá verkefnum mínum í frönskuskólanum eða bekkjarfélögum mínum sem voru að gera mig mjög í uppnámi í dag. Matheo skynjaði vanlíðan mína og skildi mig í friði þrátt fyrir þögn sína. Heidi gaf ráð til að róa heimaböð eða setja heitavatnsflösku beint yfir sársaukafull svæði til að lina þjáningar mínar.

Baðið mitt var ótrúlegt: Ég lá útréttur í heitu vatninu, kastaði mjúkri froðu í Paul sem var að leika sér við hliðina á pottinum og hlustaði á útvarpsþætti og fréttasendingar. Vinsæl frönsk tónlistarhljómsveit hafði skipulagt tónleika nálægt borginni okkar, svo ég vonaði svo sannarlega að ég fengi að mæta á tónleika þeirra!

7. KAFLI

1. mars 1976

Ég var mjög ósátt við foreldra mína. Ekki nóg með að þeir leyfðu mér ekki að fara á tónleika heldur gripu þeir inn í alla starfsemi mína: skólastarf og að borða meira ætti að hafa forgang fram yfir að hanga nálægt nýjum ísbar. Og þegar mig langaði að hitta vini sögðu þeir hluti eins og, hver er þetta, þekkja foreldrar hans hann, hvenær kemurðu heim o.s.frv.. En það versta var þegar þau skipulögðu ferð með bæði mér og systur minni sem farþegar, að kaupa tvo barnamiða í afgreiðsluborðinu.

Mamma hefur tekið að sér að banka þegar hún kemur inn í herbergið mitt án þess að bíða þangað til ég segi henni að það sé í lagi; í staðinn stendur hún rétt inni þegar ég banka og starir eins og ég væri að fela eiturlyf undir rúminu. Því miður, allt sem liggur undir eru bómullarpúðar sem notaðir eru til að fjarlægja farða fyrir svefn; á hverjum morgni er þreytandi helgisiði til að hylja bólur sem halda áfram að skjóta upp kollinum til að forðast gælunöfn eins og Streuselkuchen eða Bismarckfresse!
Að minnsta kosti þegar kemur að strákum skiptir húð þeirra ekki miklu máli og þeir ganga um eins og bílhræ með litlar áhyggjur af því hvernig aðrir líta á þá. Einn strákur í 6. bekk var með svo alvarlegar bólur að ég lokaði mig heima í þrjá daga samfleytt en sneri í staðinn harkalega að hvaða stelpu sem horfði á hann lengur en í þrjár sekúndur - ótrúlegt. Valerie úr reiðhúsinu er alveg eins og hann en sem betur fer leyfir hárinu að hanga lágt yfir andlitinu sem leynir því versta.

Frá þessu skólaári hefur bekkurinn minn verið með sundkennslu með bæði strákum og stelpum saman. Þegar stelpurnar koma út í sundfötum til að stilla sér upp við hlið strákanna í bekknum okkar, gljáa augu þeirra eins og þær sjái konur í fyrsta sinn; hlífðarkrem virkar ekki einu sinni! Það getur verið frekar óþægilegt ástand.
Sundfötin mín eru vatnsheld, þannig að þegar við erum með tíma eftir sund þarf ég að sitja í tíma án farða og vera nakin.

En ég hef svo sannarlega gaman af sundi og er einn sá fljótasti í okkar flokki. Það verður bráðum keppni á milli skólabekksins míns og samfélagsháskóla á staðnum þar sem ég mun keppa sem hluti af stelpuhópnum þeirra; fyrir þessa keppni keypti ég grænblár sundföt með háskornum mjöðmum sem lætur fæturna virðast enn lengri; ætti ég að setja mig í eina af fyrstu þremur stöðunum, þá þarf eitthvað að gerast svo ég þarf ekki að þiggja medalíuna mína án förðun þar sem þessar vinningsmyndir verða sýndar

áberandi á skjáborði sem hluti af vinningsmyndum þeirra sem eru birtar samhliða þessari keppni.

Hins vegar verð ég að sannfæra foreldra mína um að koma ekki og horfa. Það getur verið vandræðalegt þegar mamma ýtir við mér með handklæðinu því hún heldur að ég gæti fengið kvef, segir vinum mínum allt um veika þvagblöðruna og skammar mig enn frekar. Enn verra er að faðir minn fagnar hátt frá laugarkantinum, tekur mig algjörlega úr takti með uppklappinu sínu af og til. Marcelle lofaði að fara í dýragarðinn með foreldrum mínum á keppnisdegi; við skulum sjá hvernig það tekst.

Síðast þegar Pete og Rene reyndu að komast inn í búningsklefann okkar til að horfa á okkur í sturtu og skipta um, voru nokkrar stúlkur þegar farnar að standa naktar í sturtunni þegar Babette uppgötvaði þær í felum í einu af búningsklefunum og ollu höggbylgjum í gegnum alla sundlaugina. Ég hlæ enn þegar ég hugsa til baka um hvernig pokalegar sundbuxurnar þeirra reyndu að komast undan þeim!

Matheo hafði sagt mér fráleita sögu af strákum sem tóku þátt í ásamt keppni á bak við skólasalinn sinn í næstum heilt ár; Ég mundi loksins eftir því þegar armslengd stöng Prince Noir vakti athygli mína aftur. Einn morguninn, þegar ég gekk inn í hesthúsið hans, tók ég eftir honum með það vítt út og virtist órólegur og næstum óþekkjanlegur; þótt flestir stóðhestar hefðu notið þess að flagga auði sínum til að sýna hvað þeir ættu, virtist þessi prins sérstaklega ákafur. Loðinn á honum draup frá mjókkandi skottendanum og var blautur af spenningi - minnti mig á hvað ég vildi spyrja Charles!

Hann hló fljótt af forvitni minni og útskýrði að tvær hryssur væru í heitum og Prince skynjaði það. Þótt hann væri nógu gamall núna til að hylja hana sjálfur, vildi faðir hans hann bíða þar sem ég hafði upplifað teppi sem sjö ára gömul og var ekki fús fyrir aðra reynslu af teppi! Varðandi sæðislosun stóðhesta í hámarks ánægju var ég rétt að giska á: Þessi einstaki mjólkurvökvi losnar á ánægjulegustu augnablikum þeirra.

Charles leit á mig undarlega hrærð þegar ég horfði hugsandi á stórkostlega hengiskraut Prince Noir eftir útskýringu hans og spurði skyndilega hvort ég vildi upplifa það sjálfur í raunveruleikanum. Þrátt fyrir að ég hafi svarað neitandi vegna fyrri óþægilegrar reynslu minnar á vellinum, glotti Charles einfaldlega breitt og fullvissaði mig með áheyrandi röddu um að þetta væri ekki um neinn hest heldur bara eitthvað allt annað.

Ég var ekki viss um hvað hann vildi fyrr en hann tók í höndina á mér og leiddi mig inn í ysta horni hesthússins, í burtu frá þeim stað sem hinir knaparnir gátu fundið okkur,

þar sem enginn annar knapi gat komið auga á okkur. Þar bað hann mig um að setjast á einn hálmbalann og dró svo allt í einu niður buxurnar á meðan hann stóð beint fyrir framan andlitið á mér með útstæða pípuna sína; héðan gat ég greinilega séð hvert smáatriði; Forhúðin, skaftið, gljána nárinn ásamt dökkljósa hárinu fyrir ofan stöngina - allt innan seilingar þar sem við stóðum!

Mér fannst ég vera kyrr þegar ég starði fast á það sem var að rísa fyrir mér og barðist um loftið. Þó ég hafi oft fundið fyrir stinningu Charles við bakið á mér á meðan ég hjólaði saman, gerði ég ráð fyrir að spennan hans stafaði af því að hjóla sjálfur frekar en mér beint. Nú vissi ég betur og leit spyrjandi upp á Charles; eftir smá hik tók hann í höndina á stönginni sinni og byrjaði að nudda hana taktfast þannig að forhúðin færðist fram og til baka taktfastlega á meðan hann lokaði augunum stynnaði mjúklega áður en hann lokaði augunum einu sinni enn og stundi mjúklega áður en hann lokaði loksins augunum áður en stynnaði mjúklega og lokaði augunum áður lokaði aftur augunum og stundi mjúklega - skildi mig eftir djúpa skömm til hliðar

Charles opnaði augun aftur og spurði mig hvort ég myndi nudda getnaðarliminn á honum í staðinn. Í fyrstu hikaði ég en varð að lokum nógu forvitinn til að leggja höndina með semingi um þykkt bláæðaskaftið hans; ólíkt Matheo var það verulega lengra; Eistu hans héngu líka fyrir neðan uppréttan lim þess, sem Charles byrjaði að nudda um leið og ég færði forhúð hans fram og til baka.
Charles tók andköf og greip um höndina á mér til að sýna hversu hart og hratt honum líkaði að ég þrýsti niður á hana, og ég var skyldugur, hræddur um að gera eitthvað rangt eða meiða hann gæti valdið fleiri vandamálum. Þess í stað varð skyndilegt stun hans af völdum sársauka til þess að hann losaði hvítan, slímugan vökva yfir höndina á mér sem varð til þess að ég hoppaði skelkaður til baka; en Charles greip fljótt í höndina á mér til að loka aftur um typpið hans og stöðva flæðið sem sprautaði út - nú vissi ég allavega hvað sæði var.

„Bara feimin við þrettánda afmælið mitt átti ég kærasta sem hét Charles vegna þess að við deildum einhverju sem aðeins pör gera: upplifun í hesthúsi föður Charles sem Marcelle fannst mjög skemmtileg sem reiðkennari hennar; Charles leið svipað og heimsótti oft Noir prins til að heimsækja mig í ferðir um engi, tún og skógarrjóður þar sem við stoppuðum til að kyssast!

Mér fannst ég vera mjög sátt. Í marga mánuði hélt ég að Seppi væri sanna ástin mín; Charles kom hins vegar fljótlega inn í líf mitt og gladdi mig alveg eins. Nú þegar minningin um spennu hans kom aftur til mín fullkomnaði hún myndina fullkomlega.

Charles brosti þegar ég sagði honum frá yfirþyrmandi tilfinningu minni þegar ég hjólaði berbakið, eins og aðrar stúlkur höfðu upplifað það á undan mér og deilt reynslu sinni með honum. Í fyrstu fann ég fyrir afbrýðisemi í garð þeirra en eftir ljúft spjall frá Charles tók hann mig í fangið með afsökunarbeiðni: enginn annar reiðmaður hefði passað svona vel; þá var allt í lagi með heiminn enn og aftur.

Charles var fús til að upplifa þessa gleði, en samt var ég staðfastur í löngun minni til að leyfa engum strák - þar á meðal sjálfum sér - að setja hendur sínar undir pilsið mitt fyrir þrettánda afmælið mitt. Mér til léttis samþykkti hann það og takmarkaði sig við að kyssa mig og hlúa að brjóstunum mínum - hvort tveggja athöfnin fer fram fyrir ofan nærbolinn minn.

Skólinn fór oft í að stara á klukkuna eða horfa út um gluggann; Oft fann ég mig dagdrauma um Charles á meðan ég var leiður á algebru, taktfimleikum og náttúrufræðitímum.
Skólatíminn teygðist á endalaust; Mér fannst ég bíða spenntur í frímínútum eftir því að hver kennslustund hæfist og bekkjarbjöllan hringdi; hver dagur víkur að lokum fyrir hádegismat og heimsóknum í reiðhús.

Charles var ekkert öðruvísi. Eftir skóla hljóp hann heim þar sem ég var venjulega að bíða og passa hestana okkar. Við deildum stundum bakinu á Prince Noir í ferðir saman eða hjóluðum hver fyrir sig og leituðum að leynilegum stöðum þar sem við gætum falið okkur og kúrt okkur nær.
Hlöðu afa míns var annar vinsæll samkomustaður þar sem Marcelle kom okkur stundum á óvart án þess að segja mömmu frá því. Ekki Páll. Fjögurra ára naut hann þess að fara reglulega út með ömmu í göngutúra um bæinn á meðan hann elti hænur og gæsir auk þess að dekra við mig. Hugo. Ef Paul hefði gripið okkur í að kyssast eða dekra við þá myndum við vita það innan nokkurra mínútna þar sem hann sagði glaður frá öllu sem hann sá eða upplifði í máltíðum saman og skildi oft eftir vandræðalega þögn meðal viðstaddra.
Hann hafði nýlega séð mig klippa kynhárin með litlum skærum og fann enga betri leið til að hefja ræðu sína en að lýsa þessu sem upphafsatriði.

Bernard og Clara höfðu skilið enn og aftur þann 7. september 1976 af annarri ástæðu; Clara var nú ástfangin af Philippe, syni lyfjafræðings okkar, og fannst hlutirnir vera orðnir daufir með Bernard; allur tími hans var helgaður vinum sínum og fótbolta, hann reyndi alltaf að teygja sig undir nærbuxurnar hennar þegar þær sáust og fannst það

bara ekki eins spennandi lengur; Philippe lét hlutina virka meira spennandi fyrir Clöru en Bernard gerði.

Bernard vorkenndi sjálfum sér og velti því fyrir sér hvort mér gæti líka einhvern tímann leiðst Charles. Ólýsanlegt! Við vorum báðar nýástfangnar og vorum svo oft að hanga saman að Sarah fór að kvarta meira og meira að ég sá hana varla lengur. Nokkrum sinnum reyndi ég að gera eitthvað með Charles og Söru saman, en Sarah sagði að það væri bara ekki það sama fyrir þau; Á meðan hún naut Charles saknaði hún augnablikanna okkar saman þegar við dvölumst yfir lestri eða tónlist eða slúðruðum um stráka í rúminu hennar Söru tímunum saman.

Um leið og Charles spurði hvort ég hefði tíma féll loforð mitt í gegn. Við hittumst sjaldnar þar til einn daginn hitti ég Söru ásamt Valerie - annarri stelpu frá hverfi Söru sem henni hafði ekki líkað við áður - sem vildi tala. Sarah tók á móti mér vingjarnlega, en dró Valerie í burtu án þess að segja annað orð eða heilsa mér til baka - eitthvað sem þótti undarlegt þar sem það táknaði að við hefðum breyst. Af óútskýranlegri ástæðu sá Sarah skyndilega eitthvað í Valerie sem ég gat ekki sett fingurinn á. Ég horfði á báðar stelpurnar í óákveðinn tíma á meðan ég reyndi að skilja hvað Sarah sá - eitthvað sem fer fram hjá mér enn í dag!
Charles lagði til að hún þyrfti einhvern til að deila meiri tíma með svo við gætum gert hlutina oftar saman. Ég sat samt við hliðina á henni á bekknum meðan á kennslu stóð; en alltaf þegar ég spurði hvaða síðdegisplön hennar væru, yppti hún öxlum eða sagðist ekki vita það ennþá. Þegar ég var spurð hvort hún vildi taka þátt í tillögu minni um að við heimsækjum annaðhvort innisundlaug eða kvikmyndahús saman virtist hún almennt ekki vilja vera með mér þangað eða mæta. Charles benti á að hún þyrfti líka kærasta og þar með myndi minni frítími leyfa henni að stunda sameiginlegar athafnir okkar oftar - eitthvað sem ég fann ekki alveg.
Sarah átti engan marktækan annan; reyndar vissi ég ekki einu sinni að hún væri ástfangin.
Svo ég fylgdist grannt með Söru í hléum eða búningsklefasamtölum eftir balletttíma til að sjá hvort einhver strákur náði auga hennar; en allt var til einskis: Sarah virtist hafa minni áhuga en nokkru sinni fyrr á nokkrum karlkyns nemanda og áætlanir Charles um að gera eitthvað sem fjórmenning fóru að fjara út lengra og lengra í burtu.

Við Philippe rákumst á Clöru við tjörnina nýlega á meðan Philippe hélt að hann gæti þurft að pissa. Clara virtist hissa á því að ég hefði ekki hitt Söru eins mikið, bauð mér aftur í te en bjóst ekki við að Sarah yrði sérstaklega velkomin á þeim tíma. Clara

hugsaði um að bjóða mér í væntanlegt afmæli svo við gætum hist aftur en vissi ekki hvern Sarah væri hrifin af.

Afmælisveislan hafði ekki miklar breytingar í för með sér fyrir okkur Söru; Valerie gæti hafa lagt sitt af mörkum með því að fara ekki frá hlið Söru þegar ég kom á hátíðina. Clara var upptekin af því að tala við aðra gesti á meðan Charles var heima þrátt fyrir mína bestu ásetning; Ég skildi hann því miður eftir og ætlaði að fara fljótlega; þá kom Sarah allt í einu til, faðmaði hálsinn á mér og sagði mér hversu mikið hún saknaði mín.

18. október 1976

Ég var ánægður með að tengjast Söru aftur. Jafnvel þó að Charles hefði verið ljúfur og yndislegur, þá var engin leið að ég gæti skipt um bestu vinkonu mína - svo ég vann extra mikið með Söru aftur og sá til þess að hún fyndi einhvern svo hún skildi hvers vegna ég hafði ekki lengur eins mikinn tíma fyrir hana; þökk sé skuldbindingum hans á bænum föður síns að hjálpa til oftar en áður gerði það að verkum að ég hafði meiri tíma fyrir Söru en áður!

Á herbergi Söru eða á nýopnuðum ísbarnum okkar á markaðstorgi í bænum eyddum við mestum hluta dagsins. Því miður hafði rignt í margar vikur og haustið var fyrir löngu búið að fjarlægja síðasta sólarljósið; Þess vegna var ísbarinn boðið upp á heitt súkkulaði eða, ef það var ís yfirhöfuð, crepes. Það varð fljótt vinsælt meðal vina úr skólanum eða öðrum nálægum búsetum eins og krafðist vandlegrar íhugunar um klæðnað áður en það fór í það.

Við Söru eyddum oft tímunum saman fyrir framan speglana okkar og prufuðum föt. Sarah hafði upplifað verulegan vöxt síðastliðið hálft ár og stóð nú næstum á hæð minni, sem gerði okkur kleift að fá lánaðan fataskápa hvors annars. Sarah vildi helst græna litbrigði; Ein hettupeysa sem ég átti var með bleiku letri á grænum bakgrunni með litlum stelpu sem elskar stórt skrifað með bleikum stöfum á móti eplagrænu bakgrunni; sama nákvæmlega merkingu þess; það eina sem skipti máli var að það leit vel út og leit rétt út!

Af minni hálfu fékk ég oft svart og hvítt köflótta mínípilsið hennar lánað - það leit sérstaklega kynþokkafullt út með svarta stuttermabolnum mínum með tveimur bláum augnprentum. Svo þegar karlmenn horfðu á brjóstið á mér gátu þeir að minnsta kosti sagt að þeir ættu að horfa í augun á mér og sýna aðdáun sína - eitthvað sem gerði mig gríðarlega stolta yfir því að loksins tóku svo margir karlmenn eftir brjóstunum mínum!

Eigandi ísbarsins var ítalskur innflytjandi frá Ticino sem hafði flutt til Frakklands. Þetta var meira kaffihús með hálfhringlaga bása þar sem pör sátu og gerðu út; fyrir aðra voru lítil kringlótt marmarabistróborð eða rauðir barstólar við langan afgreiðsluborð með rauðum barstólum í báðum endum hans. Ísinn var dásamlegur og crepes kepptust við ömmu hvað smekk varðar; Við Sarah fórum oft þangað; Marcelle fór að koma oftar þar sem hún þurfti ekki lengur eftirlits frá mömmu eða afa og ömmu

Knopf var einn af bekkjarfélögum Marcelle og virtist vera hennar fyrsta ástaráhugamál; Ég sá þá stundum haldast í hendur í einum básnum. Þó Maman hafi nýlega spurt hvort mér fyndist Marcelle of ung fyrir slíkt fyrirkomulag, en að vita Knopf sjálfan gerði mér þægilegt að vita að foreldrar mínir þyrftu ekki að hafa of miklar áhyggjur - líklegra að foreldrar hans gerðu eins og Marcelle talaði oft fyrir sjálfa sig varðandi það sem var að gerast. á, oft með frekar bráðþroska hugsanir þegar hún hugsaði um allt sem hún hafði spurt mig áður en hún hitti Knopf.

Nýjasta þráhyggja hennar var franskir kossar og hún hafði eflaust þegar æft með einum vini sínum; Marcelle sagði mér án þess að roðna að það myndi líða betur með stelpu frekar en Knopf sem henni fannst óþægilegt og óþægilegt í tilraunum hans. Ég fullvissaði Marcelle um að strákar þyrftu bara tíma og mikla æfingu og hún hló, enda höfðu þeir báðir nóg.

2. desember 1976

Ég er með blátt kynhár; ekki vegna veikinda heldur vegna þess að Heidi hugsaði um snjöll áætlun fyrir okkur. Við sáum Heidi gera það þegar hún var að skipta um sund fyrir sundkennslu í skólasundi: allt í einu stóð hún fyrir framan okkur með ekkert á sér nema lítinn bláan þríhyrning á líkamanum!

Mér fannst þetta spennandi á meðan Sarah virtist skammast sín fyrir að fara úr fötunum fyrir framan okkur stelpurnar. Þetta þótti undarlegt þar sem við Sarah höfðum deilt miklu nánari hlutum, en Heidi lét Söru hika við að gera það sem ég sannfærði hana um: að lita kynhárið með bláum lit sem ætlað var fyrir karnival og höfuðhárin með grænu. Á endanum tókst mér að sannfæra Söru um að þessi litunartilraun gæti valdið spennu.
Við læstum okkur inni í herberginu mínu eftir að hafa safnað vatni, handklæðum og hárþurrku úr arninum í stofu (einn þeirra liggur beint í gegnum herbergið mitt), við

fórum af stað og horfðum á Heidi nota bursta til að bera málningu á fölbláu lokkana sína áður en þetta var endurtekið. ferli á mig.
Heidi byrjaði á því að greiða kynhárið mitt svo krullurnar urðu sléttar, áður en hún setti á litinn með kitlandi bursta sem fór á milli fótanna á mér, bleyti mig þar sem hann snerti - um leið og það snertist gat Heidi náð í labia Heidi til að ná hárinu við hliðina á henni og leyfðu því að taka í sig, á meðan ég skolaði og dúkkaði mig með handklæðum áður en ég þurrkaði lokkana hennar með hárþurrku. Á meðan flissaði Sarah og ég notaði litla appelsínurauða þríhyrninginn hennar Söru með bláum málningu þar til hann fann safann hennar og varð til þess að litlar safaperlur festust í bláu lokunum hennar - minnir á rauðan bursta móður hennar sem mamma hennar notaði til að bera á rauðan lit þegar hann var borinn á hana. hennar eigin labia!
Eftir að hafa litað hárin okkar og blásið þau, fannst Heidi það mjög spennandi en Söru fannst það heldur minna; við hlógum öll upphátt að bráðfyndnu niðurstöðunum okkar - Heidi var með ljósbláar hárkollur á meðan þríhyrningurinn minn var með djúpbláa tóna; Sarah var ekki ánægð með hvernig kynhárið hennar hafði tekið á sig fjólubláan lit af rauðleitum grunnlitnum og mér fannst skemmtilegt að hún sætti sig á endanum við það sem hafði gerst.
Charles fannst bláa hárið mitt frekar krúttlegt þegar ég lyfti pilsinu mínu stoltur framan í hann á síðdegisgöngu og ýtti nærbuxunum stoltur til hliðar. Hann spurði hvort hann ætti að lita sitt eigið kynhár í sama lit; Ég útskýrði að svart kynhár gæti ekki tekið við því svo við létum það vera. Kærastinn Heidi naut þess að sjá fegurð hans á milli fótanna á henni; þetta gæti hafa verið öðruvísi ef Seppi hefði ekki litað það í fyrsta skipti.
Um leið og Heidi sagði okkur frá því að hafa látið Seppi lita á mér hárið stuttu áður en leiðir skildu þá datt úr kjálkanum. Á þeirri stundu fylltist ég öfund; en sá draumur er ekki lengur: í dag gat Charles ekki hætt að tala um nýja litinn sinn og gat varla hamið sig þegar við leyfðum honum undir nærbuxunum mínum að finna hárið mitt með því að nota aðeins hendurnar; hverri frekari tilraun neitaði mér fljótt en samt leit nýi liturinn ótrúlega út á hann.

Í fyrstu var Marcelle skemmtileg og sagði það síðan við Maman. Maman yppti einfaldlega öxlum en gerði ekki frekari athugasemdir; mundi hún kannski eftir svona skemmtilegu frá æsku? Fyrstu dagana þurfti ég að passa mig á því að vera ekki í hvítum nærbuxum vegna þess að bláar rákir birtust í gegnum þær; með tímanum varð það hins vegar annað eðli og ég kunni að meta framandi ljóma þess þegar ljós lýsti upp nakinn kjöltu mína.

Við Sarah spurðumst oft fyrir ballettstúlkum okkar um hvaða litur myndi best passa við nýja hárlitunina okkar og fengum oft svör sem fóru fljótt eins og eldur í sinu um skólagarða. Gulir þríhyrningar urðu fljótt í tísku meðal yngri stúlkna. Eftir nokkra þvotta myndu þeir oft hverfa aftur út. Með reglulegum litunarlotum hvarf liturinn fljótt aftur! Þetta varð þó fljótt dýr tíska meðal jafningja minna; gula, rauða, bláa og jafnvel græna þríhyrninga var að finna á milli fóta bekkjarfélaga minna! Hins vegar þyrftu tíðar snertingar að eiga sér stað þar sem fjarlæging fer í gang eftir nokkra þvotta; Þess vegna þyrftu lagfæringar að gerast oft til að halda uppi lituðum þríhyrningum á milli fóta vina minna!

Sarah sannfærði mig um að grænt myndi líta of mikið út eins og myglu þegar það stækkaði, sérstaklega í ljósi þess að hárið mitt var nýlega klippt mikið niður og átti erfitt með að taka á sig litinn; þannig að ég þyrfti að leyfa því að vaxa lengur en búist var við og láta það líta eðlilega út þegar fram líða stundir.

Charles var annar yndislegur velgjörðarmaður fyrir litla runna minn, sat tímunum saman og horfði á hann og klappaði varlega í lauf hans. Ég elskaði snertingu hans og var ánægður með að skila henni með því að taka stöng Charles í báðar hendur og nudda hana þar til safinn hans rann ofan í höndina á mér - ekki lengur hræddi safinn hans mig, heldur naut ég þess að fylgjast með hversu spenntur og ánægður Charles varð eftir hjálpina mína !
Hann vill meira, vill kafa dýpra, en ég er samt hikandi við að það gerist. Þó að hann skilji það, þá daðra aðrar stúlkur í reiðskemmunni oft við hann eins og ekkert sé - sem pirrar mig enn frekar og gerir mig stundum nógu reiða til að fara alveg frá honum.

"Ég hafði oft íhugað að gera það einn, en eitthvað innra með mér kemur í veg fyrir að það gerist. Á afmælisdeginum mínum eins og lofað var leyfði ég Charles að skemmta sér: Vinir mínir voru farnir, Matheo og Leon voru að þrífa eldhúsið þegar ég fór upp í herbergið mitt. Ég lét eins og ég væri úrvinda; eftir að hafa læst hurðinni og opnað gluggann heyrði ég rispur á rósatrénu undir glugganum og tveimur mínútum síðar kom Charles rennblautur inn í herbergið mitt svo ég hjálpaði til við að fara úr fötunum hans svo hann gæti slakað á.

Þegar Charles stóð fyrir framan mig aðeins klæddur í boxerbuxurnar sínar og ég tók eftir því hvernig þær stækkuðu meira og meira, fór ég líka úr fötunum. Skref fyrir skref renndi ég mér upp án þess að taka augun af Charles eða pokabuxunum hans; Bros hans benti til spennu hjá okkur báðum - þó að ótti minn við að gera eitthvað rangt,

skömm við að sýna mig nakinn fyrir strák, vandræði ef honum líkaði ekki við mig vegi enn þyngra en þessi upphaflega ótti.

Undanfarna daga hafði ég eytt klukkutímum saman í að stara nakin í spegilinn og horfa á sjálfa mig og rýna í alla eiginleika: brjóst sem virtust enn of lítil; mitti; lítill hárkollur fyrir neðan nafla minn - myndi Charles líka við þetta allt? Þegar ég stóð nakin fyrir framan hann og skammaðist mín fyrir fæturna, fór hann úr stuttbuxunum, tók mig í fangið og bar mig upp í rúmið okkar!

Ég og Charles höfðum notið lífsins saman og mér leið eins og hjarta mitt svífi á lofti í marga mánuði. Samverustundir okkar höfðu mig glóandi innan frá; í hvert sinn sem ég hugsaði um hann eða hugsaði „vinur minn" þá sleppti hjartað mér og fiðrildi dönsuðu yfir blómagarðinn minn innra með mér.

Lífi mínu fyrir Charles var hægt að skipta í tvö aðskilin tímabil: áður en ég hitti Charles og núna. Nú þegar hann var hér og nú, var mér ómögulegt að ímynda mér að vera án hans; og það fékk mig til að spyrja hvernig í ósköpunum ég hefði komist af án nokkurra vina svo lengi. Auðvitað varð ég að gæta þess að hrósa mér ekki of mikið þegar ég talaði við vini mína; en þegar ég var spurður af þeim hvernig mér liði gat ég ekki staðist að kynna Charles án þess að fljóta út í geiminn!
Við Charles eyddum dögum okkar annað hvort í herberginu hans eða nálægt hestunum í heyinu, kysstumst og könnuðum líkama hvors annars tímunum saman. Móðir mín spurði ekki lengur hvar ég eyddi öllum mínum tíma yfir daginn svo framarlega sem einkunnir mínar væru viðunandi og engar kvartanir bárust frá skólanum; í staðinn einbeitti hún sér meira að Marcelle, 10 ára systur minni sem er of lítil til að vera úti á kvöldin eins og ég.
Og svo kom vor, hiti hækkaði og græn tré og limgerði fóru að spretta, ekkert gat haldið mér inni lengur. Við Charles gengum saman langar gönguferðir um raka engi á meðan við lentum í dularfullri morgunþoku frá hesthúsum föður síns á stórum svæðum í nágrenninu - eitthvað bæði rómantískt og ógnvekjandi sem varð til þess að við stoppuðum á nokkurra metra fresti til að knúsa hvort annað og tengja saman tungur. Hugo gelti á okkur bak við girðingu!
Kælt og spennt, herbergi Charles var kjörinn staður fyrir okkur til að halda áfram að elskast í leyni, þar sem við gleymdum tímanum, kúrum saman undir hlýju teppinu hans í rúminu hans. Ég naut þess að finna sterka handleggi hans umlykja mig á meðan hann renndi höndunum niður breiðu axlirnar hans í átt að litla stífa rassinn hans á meðan hann kyssti hálsinn á mér, strauk mér um brjóstin eða lét höndina reika dýpra inn í innri helgidóminn - það gladdi mig mjög að finna fingurgómana innra með mér. af

mér, finndu spennuna hans rísa upp annan fótinn, snertu síðan kviðinn um leið og ég byrjaði að næma hann aftur - mér fannst þetta allt óskaplega örvandi!

Að snerta varir hans var yndislegt; að upplifa hvernig tungan hans strauk um varir mínar var sannarlega merkilegt; hlýja hans breiddist eins og sæng yfir mig eins og fjaðrabeð; Ég grenjaði nálægt honum af stundum mildum en brýnum snertingum hans, og kveikti eitthvað djúpt innra með mér sem ég hafði aldrei þekkt áður allar þær stundir sem ég eyddi í leik með Mr. Bee, rauða burstann hennar Söru eða bara að sofa undir sæng eða fara í bað ein. Það var óviðjafnanlegt og umfram allt sem ég hafði upplifað áður, hvort sem var með herra Bee eða ein undir sæng og baðkari.
Charles virtist vera vanur að deita stelpur, svo ég hafði áhyggjur af því að ég gæti orðið óþægilega og látið hann taka upp á því þegar það kom í ljós að ég hafði ekki átt slíka áður. Mér til léttis spurði hann hvort ég vildi sofa hjá honum í staðinn og þegar ég bað um pláss á milli svefntíma brosti hann hlýlega til mín og gaf það.

8. KAFLI

Heidi varð sú fyrsta meðal okkar til að hafa opinberlega kynferðislegt samband við strák þann 2. maí 1977 þegar Sarah upplýsti fyrir okkur að Heidi hefði ekki bara kysst heldur einnig haft náin samskipti við einhvern á meðan hún var í fríi í Normandí. Að hjóla meðfram strandgöngunni og að lokum stoppa á einhverjum afskekktum stað meðal sandaldanna til að hvíla hjólin sín áður en þeir fara í lautarferð saman á teppi áður en þeir fara í sundfötin og eiga náin kynlíf!

Sarah var komin úr sundi og teygði úr sér teppið til að þorna þegar Alexander, ókunnugur drengur, lá við hliðina á henni á teppinu. Það truflaði Söru ekki þegar hann strauk hendinni skyndilega yfir öxlina hennar og niður í átt að litlu brjóstinu hennar, veitti því smá athygli í nokkurn tíma áður en hann færði sig yfir magann á Söru til að hvíla sig við jaðar bikiníbuxanna hennar og að lokum undir mittisbandinu á þér. buxur. Sarah hafði í fyrstu reynt að stöðva hönd Alexanders í að halda áfram, á sama tíma og hún naut þessarar framandi tilfinningar frá strák. Loks gaf hún eftir þegar fingur hans hlupu mjúklega eftir rifunni hennar; og var hneykslaður að uppgötva að hann var algjörlega afklæddur! Sundbuxurnar hans lágu afklæddar á sandinum skammt frá teppinu á meðan getnaðarlimurinn stóð stoltur á milli fóta hans.

Sarah snerti hanann hans Alexander varlega, tók hann síðan varlega í hendina og viðurkenndi að hann væri hlýr og þéttur, þvert á það sem hún hafði búist við. Alexander náði að kreista nokkra fingur á milli kynhneigðra Söru og þrýsti þeim á snípinn hennar. Þegar Sarah reyndi að verja sig valt hann fljótt yfir hana og hvíldi sig á milli fóta hennar; þar sem þjórfé hans á hani hans hitti opna rauf Söru sem olli því að þau brostu hlýlega til hvors annars áður en þau veltu aftur ofan á Söru fyrir fullt og allt. Alexander náði síðan að kreista nokkra fingur á milli kynhneigðra Söru um leið og hann þrýsti á Söru snípinn, eitthvað sem hvorki Sarah bjóst við né bjóst við. Alexander náði að komast inn og kreista Söru þar til hann rakst að lokum með einum fingri á milli kynhneigðra Söru á sama tíma og hann þjappaði saman báðum snípunum; nógu fljótt velt ofan af Söru síðan hvíldi á milli fóta; þar hvíldi hann velt yfir hana, hvíldi á milli fóta þeirra þar sem oddurinn hans hitti opna rauf Söru á meðan báðir voru við það að eiga í einhvers konar samskiptum - eitthvað sem hvorki hugsaði né verðist gegn.

En það mistókst. Sarah blotnaði ekki af óvæntri snertingu frá Charles en varð þess í stað svo spennt þegar reynt var að komast í gegnum hann að þau urðu að brjóta af sér og hún hélt áfram að strjúka honum í nokkurn tíma áður en hún sleit þau alveg -

eitthvað sem Charles vildi oft meira en bara klappa, eitthvað sem ég skildi vel en afþakkaði oft.
Heidi kom okkur öllum á óvart með því að lýsa yfir spennunni á fyrsta stefnumóti sínu með Jean nokkrum klukkustundum áður, og státaði af því með stolti. Þó að við gætum ekki trúað því við fyrstu sýn, opinberaði Heidi með glæsibrag hvernig þau höfðu áður sofið saman um leið og Jean kom á vettvang; Heidi fjallaði mjög ítarlega um stærð, lögun, þol og aðra eiginleika besta verksins síns og hvað hafði gerst við það í kynnum þeirra.

Heidi kom óvænt og lét sig fljótt vel á rúminu hans Jean í herberginu hans eftir að foreldrar hans voru farnir og litli bróðir hans hafði sofnað, líklega var hún búin að skipuleggja það allan tímann þar sem hún var bara í stuttbuxum og ófestum hnappatoppi sem datt á gólfið þegar hún var losuð. . Lengi vel hafði hann viljað meira frá Heidi en bara frjálslegur daður en Heidi varð alltaf á vegi hans; þangað til í nótt þegar Jean kveikti á kertum, spilaði á plötur, klæddist stuttbuxum og stuttermabol og lagðist fljótt ofan á hvort annað um leið og þau lágu báðir saman áður en Jean komst í gegnum hana með skarpskyggni sinni!

20. júní 1977

Ég óska mér aldrei aftur ást; það eina sem ég hef verið að gera undanfarið er að liggja uppi í rúmi og gráta í marga daga. Mamma kíkir stundum á mig og afsakar mig í skólanum; Marcelle heldur mér oft félagsskap, þó ég vilji frekar vera ein og gráta í koddann minn. Við Charles hættum saman vegna þess að hann vildi ekki bíða lengur og svindlaði Constanze úr bekknum sínum í staðinn - hrifin kýr hafði verið að horfa á hann í hesthúsinu við hvert tækifæri, að lokum svindlað við Constanze í staðinn.

Charles fullvissaði mig ítrekað um að hann vildi ekkert frá Constanze; hún var of girnileg og uppáþrengjandi fyrir hann. Nú truflar stóru brjóstin hennar hann ekki svo mikið og maður sér þau bara saman; samt er ég að gráta úr mér augun án þess að nokkur sé sama; Marcelle hefur tekið við umönnun Prince Noir á meðan hjarta mitt brestur þegar ég sé Charles í hesthúsinu.
Við vorum innilega ástfangin, hittumst nánast daglega heima hjá mér til að kyssast, strjúka og faðma hvert annað blíðlega; en það var ekki nóg fyrir hann. Hann þrýsti sífellt á mig að sofa hjá sér - þó það hafi ekki verið það sem ég hafði í huga í fyrstu; að lokum vildi ég það líka, þó að löngun mín minnkaði og minnkaði með hverri ýtu.

Tilfinning mín fyrir þrýstingi í kringum Charles jókst aðeins með hverjum fundi og í hvert skipti sem hann fór úr buxunum og setti andlitið á milli fótanna á mér, svo ég leitaði leiða út úr herberginu mínu og úr rúminu mínu eins fljótt og auðið var. Ég bauð honum bíómiða, ísbar, sundlaugar eða hvers kyns afþreyingu fyrir hann; samt vildi hann bara sjá mig einn eða kannski bara kúra sig nær í rúminu með honum.
Eitt kvöldið kom upp rifrildi þegar ég ýtti aftur tilraunum hans til að dreifa fótunum með annarri hendi frá mér.
Charles var að þvinga sig upp á mig á meðan hann reyndi að sofa á milli okkar og þvingaði typpið sitt upp á mig, þar til ég sagði honum að draga sig í hlé, skellti á hann að láta mig í friði, að það væri undir mér komið hvenær tími kæmi til að sofa hjá honum . Í stað þess að koma óskum mínum um þessar aðstæður á framfæri við hann í rólegheitum stóð hann einfaldlega upp, klæddi sig og fór án þess að segja meira áður en tárin spruttu í augun á mér og ég vonaði að hann kæmi aftur; því miður þó að þetta hafi aldrei gerst og það hefur ekki verið neitt samband frá honum í marga daga - bara þögn!

Hann forðaðist mig í skólanum og í reiðskemmunni sá ég hann bara úr fjarlægð þegar ég kenndi annarri stelpu að hjóla. Svo ég gaf upp vonina um að ná nokkurn tíma sátt við Charles þar til Marcelle kom heim síðdegis og settist við hliðina á mér í rúminu - upphaflega spjölluðum við stuttlega um skólann, reiðskemmurnar og Charles áður en ég spurði loksins um hann og Marcelle brast í grát áður en ég sagði mér frá samtölum heyrði í hestakössum sem hún heyrði á meðan ég reyndi að hugga hana.

Konstanze hrósaði stúlkum sínum af því að hafa sofið hjá Charles hérna í hesthúsinu í gærkvöldi, sem varð til þess að Marcelle varð skelfingu lostin og huldi munninn til að koma í veg fyrir öskur þegar sumir efuðust um hvort Konstanze væri að segja satt. En Konstanze yppti bara öxlum hæðnislega áður en hann kallaði Charles til baka sem var nálægt því að múra út og kyssti hann með tungunni þarna fyrir framan allar stelpurnar - hann stóðst ekki, heldur þrýsti brjóstunum sínum að bringu hennar á meðan hann greip fituna á bakið áður en hann gaf mig hrollur niður hrygginn áður en ég hafði frosið alveg upp áður en ég brast í tár.

3. júlí 1977

Ég eyddi afmælinu mínu í rúminu. Í marga mánuði hafði ég hlakkað til að verða fjórtán ára og ímynda mér hvernig við Charles gætum fagnað eða kannski átt okkar fyrsta kynlífsfund saman. En eftir að hafa fengið lyfseðilinn minn og loksins orðinn

fullorðinn eyddi ég í staðinn mestan hluta dagsins í að gráta úr mér augun þrátt fyrir heimsóknir frá Söru og litlu systur minni, sem báðar komu reglulega yfir daginn.

Maman gat ekki lengur afsakað fjarveru mína, sérstaklega þar sem síðasta heimaverkefnið mitt átti að skila fyrir frí og einkunnir voru mér mikilvægar. Eftir að hafa eytt smá tíma á baðherberginu til að fjarlægja dökka hringi undir augunum og tárbletti af mörgum tárum sem féllu, tók ég af mér stutta pilsið og gegnsæja toppinn svo Charles myndi ekki sjá hversu erfitt lífið var orðið; undir var krúttlegur pínulítill svartur brjóstahaldari sem honum þótti svo vænt um; allir ættu nú að verða vitni að nærveru hennar!

Tímarnir mínir urðu sífellt minna spennandi en í frímínútum eyddi ég miklum tíma mínum annaðhvort í að sitja á bekknum mínum eða standa fyrir framan spegilinn á stelpubaðherberginu til að athuga að maskari minn væri ósmurður. Og enn grét ég alltaf þegar ég hugsaði um Charles.
Sarah veitti mér þá huggun sem þau gátu á meðan Heidi sýndi stuðning sinn með því að berjast gegn mönnum sem henni fannst halda of fast um hana. En það eitt og sér gat ekki létta mér mein; hlutirnir fóru eins og eldur í sinu í skólanum með stöðugum spurningum um hvort leiðir okkar hefðu skilið í alvöru - eitthvað sem fékk mig til að langa í fríið þar sem ég gæti falið mig í herberginu mínu á meðan sumarið leið hjá mér úti.
Ég las bréf Charles um samband okkar aftur og aftur, las hvert vingjarnlegt orð sem hann skrifaði mér með vaxandi undrun yfir því hversu auðveldlega honum tókst að vinna ástúð mína. Hvernig hafði hann gert það?
Var ég svona lítils virði fyrir hann eða var ég bara of ljót fyrir hann með litlu brjóstin mín og mjóa fæturna? Ég hugsaði stöðugt um Konstanze, sem hafði vakið svo mikinn áhuga meðal drengja. Já, hann fékk svo sannarlega peningana sína, hugsaði ég biturt en fannst það bara óásættanlegt.

Sarah gerði allt til að draga mig út úr herberginu mínu. Hún og systir hennar skipulögðu vikuna mína þannig að það yrði eitthvað annað skipulagt á hverjum degi sem myndi draga athygli mína frá Charles. Í fyrstu samþykkti ég það, en fannst það fljótt of mikið: það yrði grillað úti í garði Söru og systur hennar þar sem margir strákar úr skólanum okkar komu - þó ekki Charles sjálfur - þó ég ákvað að fara þar sem mér fannst ég vera kominn með nóg af strákum nú þegar!
Einu tveir uppáhalds mennirnir mínir voru faðir minn og Paul, sem héldu áfram að færa gleði inn í húsið okkar þrátt fyrir þunglyndi mitt. Ég eyddi miklum tíma mínum

með Paul síðustu daga og öfundaði hvað litla hornið hans var ekki að stuðla að neinni ógæfu eins og aðrir strákar á mínum aldri.

Matheo var ekki lengur velkominn í návist minni. Þó að hann væri náinn, vakti einhvern veginn að leika við hann lækni, minningar um að hafa klappað Charles sem fékk mig til að hrolla af viðbjóði og líkaði hann enn frekar. Allir strákar vildu eitt og nú þegar ég vissi þessa staðreynd fyrirlitaði ég þá enn frekar fyrir það.

Eins og til að hæðast að mér skein sólin jafnt og þétt allt sumarfríið mitt þar sem ég sat á bak við gluggann minn og horfði með þráhyggju út á túnin. Eyru og stilkar voru oft óskýr á bak við tárahulu en í nokkra daga hafði ekkert verið eftir; Minn sorgargeymir var orðin þurr og mig langaði að ganga aftur í samfélagið; Charles gæti verið þar sem piparinn óx í stað þess að ég þyrfti að hlaupa frá honum og feita veskinu hans lengur.

Sarah var spennt þegar ég kom að dyrunum hennar einn morguninn með blóm sem ég hafði tínt á ferðalaginu, með kransa sem ég fann á leiðinni. Hún hljóp strax inn í eldhús til að útbúa morgunmat fyrir okkur þar sem fjölskyldumeðlimir hennar voru annað hvort þegar farnir eða voru enn sofandi (að minnsta kosti voru Clara og bróðir hennar vakandi). Sarah var algjörlega geislandi af gleði þegar við ræddum stanslaust um stráka - Charles sérstaklega - án þess að gefa mér mikið tækifæri til að koma með innlegg eða athugasemdir frá mínum enda. Þetta gerði morguninn minn bara réttan þar sem allt sem ég gat hugsað um áður var að tala um hann!

Sarah hafði margoft hlustað á söguna mína af þolinmæði, kinkað kolli til samþykkis, snert höndina á mér varlega eða faðmað mig þegar ég fór að gráta. Samt spurði ég Söru aldrei um Knopf - hátíðarástina hennar - eða hvort hún saknaði hans eða fyndist sjálf ástfangin, og nú sá ég eftir því að hafa aldrei spurt um slík mál beint - í staðinn hló Sarah bara og hristi eldheita krullurnar sínar til að bregðast við fyrirspurnum.
Knopf hafði aðeins komið inn í líf hennar fyrir tilviljun; ekki ástfanginn eða hluti af daglegu lífi hennar; einhvern sem hún hafði deilt nægum tíma og forvitni með; einhver sem hún fann ekkert nema góðar minningar með eftir á að hyggja - eitthvað sem gerði hana gríðarlega ánægða eins og hún fullvissaði mig um.

Charles var ekki sá sem ég hafði búist við að hann væri; ekki einhver sem ég myndi vilja deila hjarta mínu með eða verða maki minn. Nei, einhver eins og Charles sem hugsaði aðeins með egóinu sínu og setti sjálfan sig á undan tilfinningum mínum myndi ekki verða tilvalinn félagi; Ég vissi þetta og brosti innilega til Söru - sem ég fann til nálægðar á þessum tíma.

Ég var allan daginn með Söru; við lásum dagbækurnar okkar, gerðum hárið okkar eða spiluðum Maleficent saman við Clöru og Raoul. Um kvöldið ein á rúminu hennar Söru ræddum við tímunum saman um drauma strákana okkar þar til við komumst að þeirri niðurstöðu að sönn ást gæti aðeins verið á milli stelpna. Á meðan við skildum hvort annað virtust strákar ekki geta skilið hvað myndi gera ákjósanlega vináttu; Ég minntist allra gleðistunda okkar þegar við kúrðum eða kysstum dúkkurnar okkar saman án þess að strákar gripu inn í - augnablik sem sýndu okkur báðar sanna hamingju þá.
Þegar ég kom heim, skrifaði ég Charles bréf sem gerði mér kleift að tjá alla reiðina, sorgina og sársaukann sem ég hafði fundið fyrir síðustu vikur - þar á meðal hversu illa ég hafði verið og hversu illa hann hafði sært mig - í einu lagi. Þegar öllu var á botninn hvolft fyrirgaf ég honum hins vegar; að skrifa það fannst mér gott, alveg eins og að senda það aldrei til að byrja með: Mér fannst ég geta sleppt takinu og sleppt.

Frá því að skólaárið hófst 1977-1978 höfðu nokkrar stúlkur í bekknum mínum farið á diskótek í ungmennum á hverjum sunnudagseftirmiðdegi, þar sem tónlistarkerfi sem einn af bekkjarsystkinum Charles í 9. bekk setti upp nýlega spilaði plötur og dansarar dönsuðu ókeypis. Síðasti dansinn minn var í skólaferðalagi okkar til Grasse; auk þess að gefa upp ballett fyrir hann svo við gætum farið saman á hestbak; Nú þegar dregið hafði úr hestaferðum hélt ég að dans væri aftur á dagskrá og ákvað því að byrja að dansa aftur.

Á sunnudagseftirmiðdögum vorum við Sarah að búa okkur undir ungmennafélagið. Við hittumst yfirleitt tveimur tímum á undan og böðuðum okkur saman áður en við völdum föt úr hvaða skáp sem við vorum í; stundum tók þetta klukkutíma þar til við fundum okkar fullkomna samsetningu. Næst kom hár og förðun; Marcelle fylgdist oft með okkur og var reið yfir því að hún fékk ekki að vera með; svo spiluðum við oft með henni tískusýningar svo hún leit allavega út eins og sjálfstæð ung kona.
Sarah var ekki til staðar þennan sunnudag, svo ég gerði mig tilbúinn sjálf. Þar sem það var óvenju kalt úti ákvað ég að fara í ljúft bað með því að nota aðeins sturtuhausinn - nota harða miðjuúðann og njóta hverrar ánægjulegrar sekúndu! Þegar sturtuhausinn var snúinn aðeins upp á við gerði hann ánægjulegri upplifun hans ákafari.
Búningurinn minn samanstóð af pastellituðum siffon kjól sem var safnað saman við mittið með skrautbandi, með stóru bláu fiðrildi sem grípur í augun á skrautbandinu og annað á brúninni í hálfhringlaga útskurði. Hvítur blúndubrjóstahaldari sást við klofningssvæði hálslínunnar á meðan gullkeðjan mín með hjartahengi fullkomnaði samsetninguna ásamt fíngerðum kinnaliti og fíngerðum varalit til að klára.

Augu bætt með svörtum maskara fullkomnuðu myndina. Mér fannst ég klára þegar dyrabjöllunni hringdi.
Matheo var valinn félagi minn í dag eftir að Clara sagði mér að Charles gæti líka mætt. Um leið og ég steig niður stigann inn í forstofuna horfði hann á mig með opinn munninn þegar ég kom niður stigann inn í forstofuna, vitandi að þessi dagur myndi gleðja mig. Matheo klæddist sjálfur svörtum þröngum buxum með samsvarandi svörtum skyrtu og hvítum laumum; því miður fyrir mig gat ég ekki passað við klæðaburð hans og fór fljótt í dökkbláan bolero minn áður en ég tengdi vopn við Matheo; Pabbi var þegar að bíða í bíl á meðan Maman lýsti yfir ánægju með fallegu parið þeirra sem olli því að Matheo roðnaði eins og Marcelle sem vildi ekki koma og kveðja; í staðinn, um leið og við komum heim, sá ég gluggatjöldin hennar sveiflast og vissi að hún hafði fylgst með okkur allan tímann!

Faðir skilaði okkur tveimur húsaröðum frá ungmennafélaginu; annars hefði það verið niðurlægjandi fyrir aðra að verða vitni að eigin foreldrum mínum keyra mig þangað. Sumar stúlkur mættu á hlaupahjólum á meðan aðrar voru þegar með ökuskírteini sem fylgdarmenn. Matheo var þarna einn og virtist óþægilegur. Á því augnabliki heyrði ég kunnuglega hljóðið af bifhjóli Charles þegar það kom einn til að leggja nálægt inngangi ungmennaklúbbsins - ég var þakklátur fyrir að rekast ekki á Konstanze og um leið og hann sá okkur, dró Matheo nærri sér og kyssti hann fyrir kl. halda áfram hönd í hönd til að sameinast hinum í klúbbnum á eftir.

11. nóvember 1977

Ég vorkenni Matheo hræðilega. Á ungmennaheimilisdiskói nýlega hittum við Charles; sem leið út, kyssti ég Matheo til að segja ekki hæ; því miður hélt þetta áfram alla nóttina; Ég var tilfinningalega yfirbugaður eftir að hafa séð Charles eftir sambandsslit okkar aftur, ég tók hvert tækifæri sem ég gat til að sýna að ég vissi hvernig ég ætti að hugga sjálfan mig - með Matheo sem tók þátt þegar það var hægt!

Í lok kvöldsins fór hann með mig heim, þar sem við deildum ástúðlegum frönskum kossi á heimreiðinni okkar áður en leiðir skildu. Á þeim tímapunkti fannst mér nú þegar óþægilegt að kyssa hann á þennan hátt - samt tókst einhvern veginn að ýta frá mér þessar óþægilegu tilfinningar þetta kvöld.
Morguninn eftir þegar Matheo kom aftur út með 5 km krókinn sinn til að sækja mig í skólann og stóð fyrir utan dyrnar okkar, fékk ég samviskubit um leið og hann bauð velkominn koss og tók í höndina á mér þegar við gengum í átt að skólabílnum mínum

saman. Fljótt breiddist orð um að ég væri nú að fara með Matheo; Sarah sagðist bara hafa séð þetta koma í talsverðan tíma núna.
Matheo var skotmarkið mitt, svo ég eyddi tímunum saman í að plotta hvernig ég myndi útskýra fyrir honum að áhugi minn á honum hefði aðeins verið að gera Charles afbrýðisaman en ekki út af rómantískum tilfinningum sem ég gæti haft til hans. Því miður neitaði Matheo að yfirgefa hliðina á mér - að hanga nærri sér í hverju pásu og taka í höndina á mér eða reyna að kyssa mig ítrekað í kennslufríum gerði honum óþægilegt, þó ég gæti útskýrt í skólanum hvers vegna það olli mér óþægindum, ég gat ekki útskýrt eftir skóla. endaði hvers vegna það voru önnur plön en bara að eyða síðdegi mínum þar eða það sem verra er að eyða síðdegis þar eða það sem verra er í rúminu sínu! Svo í staðinn lét ég það gerast og naut félagsskapar hans áður en ég labbaði út og njóti félagsskapar hans og naut þess sem gæti gerst á meðan ég naut þess að sjá hvað myndi gerast næst! Fyrsta tökurnar létu þetta allt ganga upp áður en hann naut hvers hluta samskiptanna og naut félagsskapar hans áður en hann yfirgaf hann eftir kennslustund.

Athygli og ég var þakklát fyrir að þeir tóku mig frá hinu eilífa hringrás.
Hugsaðu og Charles annars hugar. Ég bjóst við sorg og afbrýðisemi við skólabyrjun; þó voru hvorugir viðstaddir enn. Nú þegar Charles birtist næstum á hverjum degi með feitu Constance sér við hlið í skólagarðinum, kom sársaukinn aftur upp en ég var þakklátur fyrir að hafa Matheo sem útrás.

Það kom því ekki á óvart þegar við byrjuðum aftur að spila læknaleikina okkar í skjóli sambands okkar, þar sem ég sýndi mig nakin fyrir honum í fyrsta skipti eftir mörg ár. Kynhárið mitt var aftur orðið ljóshært, en samt virtist hann meira heillaður af því sem lá undir yfirborði þess og fór að horfa á mig eins og hann gerði einu sinni í hlutverki sínu þar sem gleraugun með dr. Hornin voru að fara í faglega skoðun. Á þeim tímapunkti var mér leyft að mæla útstående hitamæli hans og fylgjast með því að í stað þess að vera aðeins einn dropi eins og áður, rann ótrúlega mikið af sæði úr hananum hans þegar ég nuddaði honum þar. Getnaðarlimurinn var líka orðinn stærri og þykkari í heildina og fyrstu hárin mynduðu lítinn hring fyrir ofan skaftið; í fyrstu voru kúlurnar hans mjúkar en fljótlega urðu þær litlar og harðar eftir að hafa komið í hendurnar á mér.

Það gekk vel um tíma þar til hann byrjaði að reyna að sofa hjá mér líka, og ég áttaði mig betur en nokkru sinni á því að hann var ekki tilvalinn samsæri minn - ekki sá sem ég hafði beðið eftir eða sá sem ég elskaði. Þó ég elskaði hann eins og bróður, ekki sem einhvern sem ég vildi fyrstu kynlífsreynsluna mína með. Það var sárt að segja honum

þessar fréttir; mánuðum saman fann ég upp afsakanir bara til að særa ekki tilfinningar hans frekar; að lokum tók Sarah hugrekki og sagði honum beint; eftir það hætti hann að tala við mig í nokkra mánuði - sem leiddi hann burt fyrir fullt og allt.

Á gamlárskvöld hitti ég April, eina af skólavinkonum Marcelle. Tíu ára og frekar lítil miðað við aldur minnti apríl mig á eina af þessum viðkvæmu postulínsdúkkum sem amma geymdi í skáp sem við stelpurnar máttum ekki leika okkur með til að brjóta þær ekki - húðin var svo hvít að maður gæti koma auðveldlega auga á bláar æðar hennar sem glitra undir yfirborði þess.

Þetta kvöld talaði Marcelle lítið þar sem systir mín, Sarah og Marie/Babette spiluðu borðspil og drukku óáfengt punch úr vínglösum í stofunni okkar. Þegar ég frétti af baráttu Apríl undanfarna mánuði, óskaði ég eftir því að hún sameinaðist mér; og Marcelle tók April með.
Allt hófst þegar hún var einmana á heimili sínu nálægt skólanum okkar, þrátt fyrir að búa hjá báðum foreldrum og eldri bróður. Ég þekkti Marcelle úr ballettskólanum okkar þar sem þau dönsuðu í ensemble hópi með yngri stelpum; þó við töluðum aldrei beint áður en þetta atvik átti sér stað. Marcelle nefndi alltaf nafnið sitt en ég gleymdi því þar til svona óvænt harmleikur átti sér stað á heimili hennar.

Apríl fór oft beint úr balletherbergi skólans til foreldra sinna í bað, frekar en að fara í sturtu með öðrum stelpum í ballettbekknum okkar. Síðdegis einn í ágúst þegar hún hélt að foreldrar hennar og bróðir væru að vinna og fótboltaæfingar í sömu röð, aðeins vafin inn í handklæði, lá leið hennar frá baðherbergi til herbergis þar sem hún lagðist niður til að njóta hlýju sumarsins sem kom inn um opna glugga; um leið og fæturnir hennar dreifðust í sundur byrjaði hún að strjúka þeim báðum á milli útbreiddra fótanna á meðan hún lá andlitið niður á rúmteppi með lokuð augun, hún fann hvernig hún nálgast hápunktinn þegar allt í einu kom sprengiefni og opnuðu augun í losti!

Í fyrstu var April hneykslaður að sjá stóra bróður sinn standa ógnandi fyrir framan rúmið hennar með myndavél og taka myndir af því sem var nýkomið á milli fingra þeirra. Henni til vantrúar sá hún að stóra systir hans stóð þarna og tók myndir án þess að hvetja til - og tók einlægar myndir sem sýndu hvern einasta tommu af vandræðunni í apríl þar sem hún leitaði í örvæntingu að einhverju til að hylja sig með en fann ekkert við sitt hæfi. Þegar April krafðist þess að þeir færu fann hún bara hlátur í staðinn þar sem hann sagði litlu systur sinni ef hún gerði honum smá greiða sem myndi ekki segja neinum frá myndunum hans ef hann gerði eina í staðinn myndi hann ekki segja neinum frá því að taka þær í staðinn. myndi ekki segja neinum frá því að taka þau!

Þannig rakst ég fyrst á munnmök: bróðir April neyddi hana til að stinga uppréttri limnum sínum í munninn á henni og sjúga hann þar til hann fylltist alveg inn í hana. Þó mér hafi fundist hugtakið fráhrindandi, var það sem gerði það sannarlega fráhrindandi að ímynda sér ánægjulegt bros hans á meðan hann strýkur ljósu lokka April með þakklæti og hrósar henni eins og ákaft gæludýr. Apríl átti upphaflega erfitt með að þola þennan leik þar til að lokum sætti sig við hann þegjandi og hljóðalaust af ótta við að þungun gæti fylgt fljótlega eftir það.

Um leið og hún gaf sig í neyð og opinberaði sig sem heilaga móður fyrir einni af systrunum úr klaustrinu, varð uppnám. Nunnan hljóp til höfuðsystur sinnar sem tilkynnti foreldrum April um djöfullegan leik April sem fól í sér blekkingar sonar þeirra. April sat eftir í herberginu sínu, grátandi og huldi fyrir eyrun til að loka á öskrin hans á meðan faðir hans barði hann miskunnarlaust; síðar var greint frá því að hann hefði verið sendur í heimavistarskóla einhvers staðar í Norður-Frakklandi en jafnvel hún vissi ekki með vissu hvert hann hafði farið

Heidi var komin heim eftir að hafa eytt jólafríi með frænda sínum í Ameríku með spennandi sögur að segja. Ekki aðeins var sjónvarpið miklu bjartara og hærra þar með tónlistarrásum sem gengu til miðnættis; og fötin hennar meira áberandi og óvenjulegri en nokkuð sem fæst í Frakklandi: rauðir og svartir röndóttir haldsokkar með haltuböndum saumaðar þvert yfir þær til að mynda haldsokka, auk amerískrar fána-innblásinnar busta og brjóstahaldara sem huldi varla húð og tvær lengjur saumaðar þversum sem mynda mittishring fyrir ofan.

Slík „strengur", eins og hann var þekktur í Ameríku, hafði þann kost að sjást ekki undir hvítum pilsum eða kjólum og virtist eins og þú værir alls ekki í nærbuxum. Þú varst reyndar; þó aðeins klæðist nánast engum nærbuxum; frekar bara efnisþráður sem hvarf á milli varanna í stað hefðbundinna nærbuxna. Hrokkið hár stungið út um hvora hlið á efnisböndum sem birtust á milli varanna; þú gætir nú séð skugga af kynhárum í staðinn. En Heidi brosti og lyfti pilsinu sínu og tók andann úr okkur með nöktum lömununum sem nú voru afhjúpuð; gæsahúð myndaðist á labiae hennar; þar sem einu sinni lágu langir lokkar hennar, mátti nú sjá glansandi rifuna hennar og ósvífnar litlar varir hennar!

Hún sagði okkur að þetta væri nýjasta tískan meðal bandarískra leikkvenna og að aðeins eldri frændi hennar hefði verið að raka sig í nokkurn tíma núna. Í fyrstu var hún kvíðin fyrir að skera sig með rakvélinni; hins vegar notaði frænka hennar rakfroðu

föður síns áður en hún klippti vandlega hárið af kynhnútum hennar og kynþroska með blautri rakvél.

Heidi útskýrði fyrir okkur að þó að það gæti verið óvenjulegt í fyrstu, þá venst þú fljótt því og munt líka líða lausari við takmörkun á sokkabuxum.
Heidi ákvað að yfir vetrarmánuðina væri bara óhætt að gera þetta annað hvort heima eða í skólanum. Við stelpurnar spurðum í takt, skelfingu lostnar við tilhugsunina um að einn af strákunum eða jafnvel verra, kennari gæti óvart kíkt undir skrifborðið okkar og orðið vitni að því að undirfötin okkar væru afhjúpuð fyrir neðan skrifborð. Heidi einfaldlega hló að þessu og sagði að hún myndi fylgjast með því hvort einhverjir strákar tækju eftir okkur afklæða sig niðri.

Heidi stakk upp á því að við prófuðum það bara, svo eftir miklar umræður og íhugun samþykkti ég það. Heidi fékk fljótt skál með volgu vatni, handklæði, raksápu, bursta og blauta rakvél frá föður sínum; Ég settist á borðið hennar Heiði, dreifði fótunum út á við og lét sjampóa sjálfa mig í sjampó hjá Heiði sjálfri; það leið vel eins og kinnalitsbursti Söru en að stara á hann kom í veg fyrir að hann blotnaði.
Heidi notaði rakhníf sem fannst frekar kalt í fyrstu, en eftir nokkrar snöggar hreyfingar fram og til baka losaði hún mig við kynhárin og notaði handklæðið til að þurrka burt froðu sem eftir var á milli fótanna á mér. Þegar ég horfði niður, leið mér eins og ég hefði verið flutt ár aftur í tímann til þegar kynhvötin mín hafði enn verið sköllótt; athugaði á hverjum degi hvort kynhárið á mér væri loksins farið að vaxa aftur. Nú var röðin komin að mér; brátt stóðu sex súlur háar undir lampaljósinu hennar Heidi.

9. KAFLI

Matheo hafði forðast öll samskipti, útlit og bréf sem ég sendi honum; allt vegna þess að ég vildi frekar vera vinir en að sofa hjá honum. Þetta var annar strákurinn í lífi mínu sem hættir með mér útaf einhverju heimskulegu eins og kynferðislegri nánd; núna var ég farin að velta því fyrir mér hvað nákvæmlega það væri svona sannfærandi við að sofa saman sem gerði það að verkum að strákar urðu svo brjálaðir yfir því þegar stelpur vildu það ekki sjálfar.

Heidi hafði sagt mér að það væri kominn tími til, þar sem aðrar stelpur í bekknum okkar hefðu þegar fengið sína fyrstu reynslu. Sarah gæti ekki lengur verið mey ef hnappurinn hefði virkað með honum aftur í Normandí; kannski var ég seinblómari? Svo í nokkrar nætur eftir að ég kynnti sjálfan mig með rauðum bursta stíl, rauða bursta að það gæti hafa verið sætu hanarnir þeirra sem mér fannst aðlaðandi í staðinn.
Jú það leið vel; einstaklega gott reyndar - og suma morgna í rúminu fann ég sjálfan mig að strjúka sjálfri mér þar til sársaukafull togtilfinning læddist um líkamann og krappaði upp í tærnar. Væri það eins eða jafnvel betra með strák? Sérhver stúlka sem ég spurði sagði að fyrsta skiptið þeirra væri óþægilegt eða sársaukafullt; þó var öllum létt þegar það var loksins búið; þó hlutirnir myndu líklega lagast fljótt þegar byrjað var og það myndi hjálpa ef hann hefði þegar reynslu af slíkum samböndum.
Hins vegar að finna eldri vin með þolinmæði og reynslu myndi ekki aðeins létta taugarnar á mér heldur væri það ómetanlegt þegar ég byrjaði í erlendum skóla í fyrsta skipti. Því miður myndi enginn af vinum mínum sem eftir voru hæfur, né var að horfa á einn af hærri flokkunum sem mögulegt var.
Sarah gerði þessa athugasemd hálf í gríni og hálf af gremju - ég uppgötvaði síðar að hann hafði spurt Söru hvort ég myndi taka Raoul. Því miður neitaði ég.

Leon heyrði um vandamálið mitt í gegnum einn af slúðurvinum mínum og bauðst til að sofa hjá mér; en varð furðu lostinn þegar ég hló upphátt og neitaði því alfarið og sagði að það myndi gerast þegar mér þætti rétt; í bili myndi mig dreyma um að finna Prince Charming minn í staðinn og ímynda mér alls kyns atburðarás með hverjum og hvar.

Stundum kom hann mér á óvart á eyju með innilegu borði á ströndinni þar sem við horfðum á sólsetrið og elskuðumst í heitu, grunnu vatni þess. Annað skipti lentum við saman í dimmum helli, frammi fyrir hungri fjarri heimilinu, en áður en ég gafst upp og deyði arm í arm vildi ég vita hvernig það væri að sofa hjá strák og gaf mig undir leðurblökuteppi. -þakið grjót.

Dagdraumar fullir af slíkum fantasíum voru uppspretta flótta minnar á daginn í herberginu mínu eða undir teppinu mínu eða baðkari. Einn slíkur draumur endaði skyndilega á ellefta afmæli litlu systur minnar þegar hún spurði hvort ég hefði einhvern tíma upplifað kynferðislega nánd og hvernig það væri; útlit hennar sagði mér eitthvað meira. Á þeim tíma var hún nýlega orðin fullorðin sjálf á meðan ég hafði ekki enn fundið tilvalinn maka minn til að svara slíkum fyrirspurnum frá.

5. maí 1978

Ég var samt í burtu frá strákum. Ég ætlaði ekki að láta mig verða fljótt ástfanginn og láta hjarta mitt brotna aftur, sérstaklega þar sem það virtist sem karlmenn lifðu í algjörlega aðskildum alheimi þar sem engum væri sama um tilfinningar okkar eða hvernig það lét okkur stelpunum líða þegar þær státuðu af sigra sína á göngum skólans eða virtust ætla að státa sig af þeim í kennslustofum - stundum virtist jafnvel vera samkeppni meðal bekkjarfélaga um hver gæti tekið að sér meiri þvott af bekkjarfélögum en nokkur annar!

Hins vegar var ég efins um að bólusóttu og barnalegu strákarnir okkar með háværu röddunum og fáránlegu lúði í andlitinu fengju í raun margar stelpur til stefnu. Þó voru eldri aldurshópar líklegri til að íhuga þau. Nokkrir eldri strákar stóðu saman í skólagarðinum og brostu blítt til okkar stelpnanna; Ég svaraði ekki en margir vinir mínir fögnuðu því hversu spennandi það væri ef einn eða fleiri yrðu valdir sem hugsanlegir félagar til að sofa hjá.
Þessar sögur leiddust mér þar sem flestar stúlkur höfðu tilhneigingu til að elta menn sem gerðu sig sérstaklega mikilvæga eða litu á sig sem Casanovas, á meðan sumir strákar eltu jafnvel margar stúlkur í einu og ef ein komst að því var það búið. Heidi varð sífellt óaðlaðandi vegna þess að það var auðvelt fyrir karlmenn að nálgast hana; nokkrir strákar höfðu upplifað fyrstu rúmsöguna sína með Heidi og vildu nú fá óreyndari stelpu sem hægt væri að sýna sögur sínar um rúmið með.

Það heillaði mig alls ekki; hvað var tilgangurinn með því að sofa hjá strákum þegar það hefði verið nóg af tækifærum? Þess í stað var ég nú í nokkrar vikur laðaður að afleysingakennaranum okkar - ungum nema í starfsnámi sínu í skólanum okkar sem hafði falleg brún augu.

Fyrst tók ég eftir þeim þegar Egon Schiele sat á skrifborðinu mínu í teiknitíma og sagði mér að sér líkaði myndin mín sérstaklega vel. Við áttum að teikna Marcelle,

eiginkonu Egon Schiele (listakonu), með rautt hár og grimm augu sem hún skartaði oft þegar hún hitti aðra stráka á hennar aldri í þorpinu okkar. Marcelle hefði líklega hlegið ef hún hefði vitað að ég væri mey - í staðinn forðaðist ég það efni eins og ég gat.

Síðan þá lexíu fann ég mig oftar að hugsa um athyglisverð augu hans og reyna að fanga áhuga þeirra með því að teikna og mála. Því miður virtist hann aðeins taka mark á öðrum stúlkum, jafnvel þeim sem teikningar voru verulega síðri en mínar; hálfur bekkurinn var að gleðjast yfir honum á meðan sumir strákar gerðu grín að okkur stelpunum þegar við héldum að einhver gæti haft áhuga.
En þegar hugsanir mínar um hann ágerðust leitaði ég leiða til að rekast oftar á hann í skólahúsinu. Það sem ætti að hafa virst eins og tilviljun varð að lokum okkar fyrstu kynni: í lok einni teiknitíma spurði Javier hvort einhver gæti hjálpað honum að þrífa efnisherbergi eftir skóla og ég rétti upp höndina feimnislega og hunsaði hvers kyns hvísl meðal bekkjarfélaga minna. Javier horfði svo á mig þessum fallegu augum áður en hann kinkaði kolli og brosti af svo mikilli hlýju að ég fékk gæsahúð.

Börn, í dag tók ég systur mína Marcelle í rúminu með strák - eða réttara sagt á sófanum hennar - nakta og að gera út. Þegar ég var að leita að bókum sem ég lánaði Marcelle einu sinni, tók ég eftir herbergisdyraskiltinu þeirra sem stóð greinilega „Vinsamlegast vertu úti!“ Ég lokaði því fljótt aftur eftir að hafa látið vita af mér; ákvað síðan að gera ekkert eins og Marcelle ætti að læra af reynslu.

Þegar Marcelle var 12 ára var hún þegar 12 ára og ég þekkti strákinn sem hún var að rugla með; Knopf hafði verið fastur félagi hennar frá barnæsku. Það rankaði enn við sér þegar ég náði þeim hálfnöktum saman að tuða um, þó foreldrar mínir vissu ekki af þessari starfsemi; í eldhúsinu beið ég þolinmóður þar til þau yfirgáfu herbergi Marcelle áður en ég reyndi að rifja upp einhverjar myndir úr samskiptum þeirra; jafnvel hugmyndin var of óþægileg fyrir mig.
Þegar ég byrjaði á síðasta ári í menntaskóla fóru hugsanir mínar að snúast oftar til að sofa hjá strák - þó ekki einn úr bekknum mínum. Þess í stað laðaðist ég æ meira að eldri mönnum, eins og Javier myndlistarkennaranum mínum. Við hittumst nokkrum sinnum í efnisgeymslu listasalarins þar sem ég aðstoðaði við að útbúa vinnutæki fyrir einstakar kennslustundir í skólanum auk þess að þrífa bursta og litatöflur, klippa pappír og útvega penna.

Stundum horfði hann á mig svo óútskýranlegu augnaráði að það fékk hjarta mitt að stökkva, en samt komu engin orð út úr munni hans. Ég lét mig frekar roðna í von um

að hann skynjaði spennuna og bregðast við í samræmi við það - því miður gerði hann hvorugt þessara atriða.

Javier átti aðlaðandi kærustu - aðlaðandi stelpu með sítt svart hár og stundaglasfígúru sem lét mig finnast ég lítill og óþroskaður við hliðina á henni, þar sem hún hlýtur að hafa verið að minnsta kosti 18 ára. Þegar við hittumst aftur eftir nokkra mánuði gerði ég það ekki ná augnsambandi en reyndi frekar að sýnast ekki of áhugasamur. Hugsanlega vegna þessa þáttar einnar virtist Javier fjarlægur; kannski vegna þess að Javier átti þetta samband í staðinn.

Eitthvað hrærðist í herbergi Marcelle; annaðhvort stóðu hún og Button upp, klæddu sig og slepptu einhverju á gólfið; eða kannski urðu þeir áhyggjulausir í sófanum hennar Marcelle og veltu einhverju. Ímyndunaraflið sló í gegn þar til sekúndum síðar opnuðust dyrnar, þar sem systir mín var í höndunum og Button kom niður stigann og hélt í hendur; báðir litu út fyrir að vera rjóðir af spenningi þar sem ástir þeirra sáust í gegnum ósvífna hárgreiðsluna; Maman myndi örugglega uppgötva kynni þeirra einhvern tíma. „Ég verð að tala við hana núna svo mamma komist ekki að því fyrr," hugsaði ég með mér.

Knopf virtist bara pirraður og gaf Marcelle snöggan koss á kinnina áður en hann fór aftur. Marcelle horfði á hann fara, sneri sér svo við og spurði mig um hurðarskiltið hennar - augljóslega meðvituð um að ég hafði tekið eftir því. Ég baðst afsökunar á meðan ég var enn ánægður fyrir þeirra hönd og bauð að hún gæti alltaf talað við mig ef það væru einhverjar frekari fyrirspurnir um samband þeirra eða einhverjar áhyggjur sem hún gæti hafa haft með maka sínum Knopf; Marcelle ræsti sig svo áður en hún spurði hvort ég væri með einhverja smokka til sölu.

4. júlí 1978

Javier gaf mér fullkomna afmælisgjöf þegar hann lagði til hjónabands í síðasta teiknitímanum mínum fyrir sumarfrí. Á þessari síðustu teiknistund fyrir uppbrots- og pökkunartíma spurði hann hvort ég gæti aðstoðað við að pakka öllum búnaðinum í burtu til að undirbúa að flytja hann allan heim til hans; sammála þar sem allt sem ég skipulagði fyrir mig á þessum sérstaka degi var að hitta nokkra vini í íssamkvæmi í ísbúð; hvernig hefði ég getað hafnað ósk ástvinar minnar?

Nagandi undir handlegg myndlistarkennarans míns á meðan ég var með bæði staflið og ferðatösku sem var sprungin af málningartúpum, andvarpaði ég þegar við

fylgdumst með honum og dróst á leiðinni í íbúð sína á litlu gistiheimili nálægt skólanum. Sem betur fer var leiðin ekki langt því eftir að við höfðum geymt öllu í kjallaranum tók Javier mig í axlir og horfði djúpt í augun á mér áður en hann spurði hvort mig langaði í heitt súkkulaði seinna. Ég bræddi við góðvild hans áður en ég heyrði úr fjarska beiðni hans um einn þegar ég heyrði hann spyrja mig þegar við komum til baka spurði hann.

Eftir að ég hlýt að hafa kinkað kolli, sekúndum síðar fann ég mig í notalegu litlu herbergi sem inniheldur aðeins nauðsynleg húsgögn eins og kommóðu, lítið borð, stól og breitt rúm. Kerti fylltu gluggakisturnar og náttborðið fyrir rómantíska stemningu á meðan sítrusilmur frá sítrónu smyrsl streymdi um. Javier leiddi mig varlega inn áður en hann lokaði hurðinni á eftir okkur - og skildi mig eftir orðlaus við innganginn.
Ég var ekki viss um hvað væri framundan og var óviss í þessu ókunna herbergi þegar ég leit í kringum mig. Javier hafði sett fötin sín á fataslá í einu horninu; það var líka spegill á veggnum á móti og gamalt málverk með vandaðri gullramma fyrir ofan rúmið; fyrir utan þessi skilti, þá var ekki mikið um að einhver bjó hér nema bækur við hliðina á rúminu, sem ég gat ekki lesið vegna fjarlægðar.

Áður en ég gat hugsað um fyrirheitna súkkulaðið mitt, sneri Javier mér við og kyssti mig, næstum því að stoppa hjartað á mér, spenntu hnén og olli næstum því að detta ef ekki fyrir sterku handleggina sem héldu mér að sér og lyftu mér upp aftur. Í sterkum faðmi hans fann ég fyrir létt sem loft þegar hann lagði mig varlega á rúmið sitt eins og gler.
Hann slökkti síðan á rafmagnsljósinu og skildi aðeins eftir kerti til að lýsa upp herbergið í dularfullu ljósi þeirra. Hægt og rólega losaði hann beltið mitt, hneppti af blússunni minni og fór úr skónum mínum einn af öðrum þar til að lokum hafði öllum nærbuxunum verið varpað ofan á sængina hans. Á þeim tíma fór hann líka úr skyrtunni og buxunum áður en hann skreið undir með mér til að deila undir sænginni; hér strauk hann mér varlega um vangann á meðan ég kyssti með semingi um leið og ég lokaði augunum og naut þessarar merku kynningar.

Óttinn hafði haldið mér aftur af því að reyna það svo lengi; Tilhugsunin um að horfast í augu við strák nakinn og verða fyrir grófum snertingu af honum fékk húðina mína til að skríða, en hér var ég að sökkva mér inn í rómantískan áhuga minn, fann varla hvernig hann tók upp buxurnar mínar og brjóstahaldara áður en hann lagðist rólega ofan á mig og kom í gegn var nóg fyrir mig að bráðna alveg inn í hann.

30. júlí 1978 Dögum síðar fann ég mig enn að hugsa um þennan síðdegi í rúmi Javiers: blíðu hendur hans, varir, sterka handleggi og undarlega, en þó hrífandi tilfinningu sem ég upplifði þegar við elskuðumst í fyrsta skipti. Síðan þá var ég í stuði; að muna fyrstu reynslu okkar bar mig í gegnum hvern dag eins og akkeri sem leiddi aftur í áttina að honum.

Javier var mjög tillitssamur og kenndi mér leyndarmál ástarinnar. Það var ótrúlegt að verða vitni að því að hann snerti mig þar sem mig langaði mest; frá því að strjúka andlitið á mér, til að kyssa hálsinn á mér, til að færa reyndu fingurna hans upp á lærið á mér í átt að ljúfa leyndarmálinu mínu. Um leið þorði ég að snerta hann; andaði að mér tælandi ilmi hans af manneskju og bitru ilmvatni þegar ég rakti vöðvastæltan líkama hans með höndum mínum, strjúkaði um stífan rassinn hans á meðan ég fann hápunktinn nálgast þökk sé handlagni hans - sveigði síðan upp í átt að Javier um leið og andardrætti hans heyrðist anda inn í eyrað á mér sem veldur því að hár á handleggjum rísa upp!

Helsta aðdráttarafl mitt var mest sláandi eiginleiki hans - stórkostlega grannur typpi. En það þurfti smá hugrekki fyrir mig að líta, snerta og loks dekra við hann - flauelsmjúkt yfirborð hans, stórkostlega bláæðar, dásamlega bein lögun og þungar kúlur voru ástríða mín! Javier leyfði mér þann tíma sem ég þurfti til könnunar; hann lá þolinmóður fyrir framan mig á meðan ég skoðaði hvern tommu af besta verkinu hans og horfði hægt og rólega á hvernig það harðnaði og varð harðara þar til loksins fór að dunda í höndunum á mér.

Um leið og hann sá þennan fyrsta gagnsæja dropa myndast á glans hans, greip hann höndina mína þétt um getnaðarliminn á honum, þrýsti sér nær þar til þykkir hvítir dropar fóru að leka úr litlu opinu á honum með millibili frá flauelsmjúkum oddinum hans. Aðeins þá myndi hann sleppa takinu.

Þegar ég fann sæði Javiers streyma niður höndina á mér í fyrsta skipti, fyllti sjónin mig gríðarlegri ánægju. Kannski var það vegna þess að fingurnir hans snertu litlu ánægjuperluna mína á meðan við lékum okkur og ýttu henni í sælu gleði. Saman straukum við hvort öðru af ástríðu þar til hámarki var náð; kysstu hvort annað ástríðufullur þar til við náðum algjörlega nýju stigi í sambandi okkar - nógu lengi til að mér fannst karlmennska Javier aftur læðast upp á beru lærið mitt - sem gaf mér merki um að samband okkar gæti leitt okkur þangað!
Javier lagði mig á bakið ástúðlega og strauk varlega um hárið á mér, áður en hann huldi líkama minn rólega með kossum frá toppi til táar - varirnar hans hlupu niður hálsinn á

mér, yfir geirvörturnar, niður magann minn, til mons pubis minn þar sem hann dvaldi í talsverðan tíma. tíma. Stuttu seinna fann ég tunguna hans hlaupa yfir vöðvana mína, varirnar hans leika við snípinn og loks tunguna hans fara djúpt inn í sprunguna mína. Æsingur minn hlýtur að hafa runnið í gegnum svitaholur hans; þegar hann lyfti höfðinu og brosti elskulega til mín, rann bleyta mín niður höku hans.

Ósjálfrátt dró ég hann nær, kyssti glansandi varirnar hans, hvíslaði að ég þyrfti á honum að halda innra með mér... Og Javier gerði mér hinn fullkomna greiða með því að troða sér yfir mig með kröftugum en þó yndislegri harðneskju, þrýsti djúpt inn í blautar innréttingar mínar til að fá hámarks ánægju. .

12. september 1978 Javier kom ekki aftur eftir frí eins og áætlað var, með afleysingartíma og fyrrverandi myndlistarkennari hans aftur. Þó að við hittumst aldrei aftur, hélt ég alltaf fast í hann í hjarta mínu sem minn fyrsta sanna elskhuga og fann til sorgar en ekki næstum eins niðurbrotinnar eftir að hafa slitið sambandinu við Charles; eftir allt saman hafði ég upplifað ótrúlegt fyrsta stefnumót með skilningsríkum kennara; fannst þroskaðri; meira að segja hjartaverkur minn hafði dofnað í vissu um að einhver fullkominn myndi brátt birtast á vegi mínum.

Sarah var mjög ánægð þegar ég opinberaði samband mitt við Javier. Allt í einu skildi hún hvers vegna ég hafði verið svo fús til að aðstoða hann í listagalleríinu - sem og hvers vegna þetta hafði komið fyrir mig! Með opnum munni hlustaði hún ákaft þegar ég lýsti tælingarhæfileikum hans; svo að vera hrifinn af hrifningu minni á fallega, íþróttalega líkama hans.

Hún spurði hvort það hefði sært mig þegar herra Bee komst í gegnum mig og þegar ég svaraði neitandi virtist hún efins; en í raun og veru verkaði það ekki neitt - bara eitt snöggt stung hafði fært okkur nær saman en nokkru sinni fyrr; Fjölmargar snertingar hans með höndum, munni, fingrum o.s.frv. lét líkama minn slaka svo djúpt á að ég hefði sofnað bara við að hugsa um líkama hans! Að vera spenntur og blautur gerði það auðvelt fyrir hann að losa mig eins fljótt og hann ætlaði sér.
Javier hafði næga reynslu til að fresta hámarki sínu þar til það varð óumflýjanlegt og, þegar það kom, draga sig til baka og hella ofan á magann minn. Það var yndislegt að horfa á blautan, glitrandi getnaðarliminn hans slá upp og niður áður en hann hellti straumi af hvítum vökva á húðina á mér og fyllti nafla minn - sannarlega viðburðarík sjón! Augu hans voru lokuð í gegnum þetta ferli.
Hann andvarpaði af vanþóknun en hélt áfram að hella sér yfir mig, hellti frá hjartalaga hanaoddinum sínum og huldi mig frá kynþroska alla leið upp í háls.

tilviki ætti getnaðarlimurinn að fara of djúpt, né að sleikja aðeins oddinn á honum myndi nægja - þéttbýlislega sagði hún mér það þar sem ég yppti bara öxlum á meðan hún sagði þetta allt í þéttbýli og yppti öxlum mínum við orð hennar og yppti af mér eigin hik. geri það sjálfur.

Þegar Charles og Matheo héldu áfram að sleikja mig í leikjum okkar, datt þessi hugsun í huga mér aftur og aftur; Í hvert skipti myndi ég hins vegar bakka á síðustu sekúndu og láta Charles og Matheo lausa til að halda áfram að sleikja mig. Nú þegar ég horfði á litlu systur mína ná góðum árangri í hnappinn sinn innan nokkurra mínútna minnti það mig á að ég hefði verið hugrökkari sjálfur.

Ég var ákafur eftir að fá aftur vald mitt yfir strákum og byrjaði að leita að einhverjum við hæfi. Frá ævintýri mínu með Javier hafði ég farið í gegnum lífið með opnu hjarta og augum í leit að vinum eða elskhugum - það sem Heidi kallaði "rúmfélaga". Að vita að ég væri tilbúinn gerði það að verkum að sársauki minn dofnaði á meðan viss um að það myndi brátt bíða einhver eftir mér sem myndi taka eftir verðleika mínum gerði mig stoltan að vita að það væri aðeins tími áður en einn af eldri strákunum myndi taka eftir og bjóða upp á maka aftur.

Vinir mínir voru að mestu einhleypir; enginn gat verið hjá neinum strák lengur en í nokkrar vikur í senn. Þegar þú fékkst að þvo þvottinn þeirra, sástu þá út með annarri stelpu stuttu síðar; þú vissir að þú hefðir aftur látið blekkjast til að falla fyrir smjaðri þeirra til að dreifa fótunum hratt. Aftur á móti reyndi ég að vera ekki svona heimskur með því að bjóða einhverjum sem mér líkaði snemma í nærbuxurnar - eitthvað sem reyndist erfitt þar sem næstum allir strákar spurðu hvort hann gæti komið í herbergið mitt á öðrum fundi!

En þegar ég neitaði breyttist allt fljótt. Fljótlega varð ég þekkt sem járnmeyja í skólanum okkar, þar sem flestir strákar forðuðust mig alveg; aðeins Bernard, fyrrverandi félagi Clöru frá árum áður og nú á síðasta ári okkar í menntaskóla, sýndi einhvern áhuga; þegar hann kyssti mig undir lindatré í skólagarði dögum seinna minnti það okkur báða hverja við höfðum hitt áður.

2. nóvember 1978 Orðið hafði fljótt breiðst út um skólann okkar um að við Bernard værum að hittast, sem fékk nokkra nemendur til að tjá áhyggjur af því að Söru fyndi það skrítið að systir mín væri með sama manneskju á meðan Clara hafði ekki talað við mig í margar vikur - líklega vegna þess að Clara myndi ekki leyfa meira en eitthvað

smooching og minniháttar daður utan útilokunarsvæðis þeirra - líklega leiða hann í burtu að lokum.

Bernard deildi svo mikilli reynslu með mér. Ég var þakklátur fyrir að Javier opnaði hurðina svo Bernard gæti farið inn í líf mitt og að lokum rúmið mitt. Líkt og Javier vissi Bernard hvernig hann átti að æsa mig þar til hann lá loksins ofan á mér þar sem við myndum bæði bráðna.

Með tímanum breyttust ævintýri mín; Ég var ekki lengur sáttur við að liggja bara undir Bernard með útbreidda fætur, ég fór að taka meiri stjórn í svefni okkar saman og vinna mína eigin ánægju á Bernard. Kvöld eitt þegar ég byrjaði að losa þær og losa um buxurnar á meðan ég krjúpi frammi fyrir honum og skoðaði getnaðarliminn á honum í stað þess að slökkva ljósið eins og venjan er þegar ég losaði beltið hans eða dró niður buxurnar fyrir hann. Bernard varð agndofa eins og einn daginn í stað þess að slökkva ljósið eins og venjulega til að verða nakinn byrjaði ég að losa beltið hans og renna upp buxunum hans í staðinn! Hann varð hissa eitt kvöldið þegar ég byrjaði að losa beltið hans og draga niður buxurnar hans í stað þess að slökkva á ljósinu hans frekar en að slökkva ljós eins og venjulega til að verða nakinn, frekar byrjaði ég að losa hann á meðan ég skoðaði innihald þess áður en ég byrjaði nakinn. Ég kraup svo frammi fyrir honum á meðan ég dáðist að hreyfingum þess í átt að sjálfum mér á meðan ég skoðaði nálægð þess við mitt af miklum áhuga þegar það færðist hægt nær mér; aftur á móti varð Bernard hissa.

Ég fann mig laðast að hanum, snerti þá oft og lærði að lokum hvernig á að gleðja þá með munninum. Eins og alltaf eftir að við klæddum okkur úr, lagði Bernard lærin á milli mín og sleikti mig; en þessi tími var öðruvísi þar sem ég vildi meira; að snúa við svo við gætum bæði horft á og snert hvort annað með munninum - athöfn litla systir mín myndi ekki vita neitt um ef systir mín kæmist að þessu fyrirkomulagi með aðeins 13 ára millibili!
Bernard hafði aldrei áður gefið mér getnaðarliminn sinn í munninum; það var eitthvað nýtt fyrir mig! Þó limur hans væri ekki sérstaklega langur, reyndist þykkt hans meira en kjálkinn minn þoldi í upphafi; eftir örfáar upp og niður hreyfingar frá því að ég notaði munninn var það sárt, sem neyddi okkur til að hætta. Bernard lýsti eftirsjá yfir tímabundnu hléi okkar; á endanum lærði ég að dekra við hann án þess að kjálkabrotna, svo við héldum áfram að gefa höfuðið nógu oft; þó ég gæti ekki komið honum nálægt hápunkti sjálfur í einhvern tíma á eftir.

Í fyrstu mislíkaði Bernard athygli mína en það breyttist fljótt þegar ég byrjaði ekki bara að gefa honum vörum og tungu heldur líka að nota höndina og auðvelda honum að koma með meira og minna árásargjarnar nuddhreyfingar. Fljótlega vildi hann það frekar en að elska mig, og ég varð fljótt duglegur að fullnægja honum á nokkrum mínútum - þó seinna, þegar Bernard yrði örmagna eftir ást, gæti ég ekki notið mín eins mikið; þess vegna þarf æ oftar að gera það sjálfur á meðan Bernard svaf við hliðina á mér!

Einn þáttur þessara tilrauna og reynslu sem mér fannst enn erfiður var að aðlagast skrítnu bragði Bernardssafans á tungu minni. Sáðfruman hans var heldur ekki minn tebolli: slímug og sölt með yfirgnæfandi mýki sem fékk mig oft til að kýla þegar ég hellti mér niður í hálsinn. Bernard lofaði að það myndi breytast með tímanum; enn þann dag í dag finnst mér best að taka ekki lokaskotið af safa sjálfur.

10. KAFLI

24. desember 1978

Mikill snjór var undanfarna daga og við sátum mest allan tímann í blíðunni við eldinn. Marcelle var í bók á meðan ég þurfti að undirbúa mig fyrir prófin mín í janúar og Paul gat ekki verið kyrr vegna yfirlætis. Hann hafði þráð aðeins hraðsleða um jólin og nú ætlaði hann loksins að verða hans eða hann vildi að minnsta kosti. Ég hafði líka alltaf verið að leita að tónlistarplötum og plötuspilara og Marcelle eins og okkur öll hefur alltaf langað í bækur. Ég keypti silkitrefil handa mömmu og pabbi keypti vindla sem Bernard hafði keypt fyrir mig í matvörubúðinni. Mig langar að gefa honum ný blúndunærföt sem og lyklakippuna á bifhjólið hans.

Paul krafðist þess að við heimsækjum Goose Hill með sér á morgun og prófum nýja snjósleðann hans. Ég sagði Paul að hann héldi ekki að hann ætti sleða þegar fyrsta árið hans í grunnskóla væri ekki það besta. Yngri bróðir minn var algjör draumóramaður. Hann sat oft tímunum saman á meðan munnurinn hans var opinn fyrir framan blóm í garðinum eða horfði á fuglana kvein og hreyfði sig ekki. Það var það sama fyrir hann í bekknum og olli því að kennarinn hans var þunglyndur.

Samt sem áður urðum við Páll mjög góðir. Paul kann að hafa valið mig meira að segja fram yfir Marcelle sem var oft í stríði og oft tapað. Hins vegar var mögulegt fyrir hann að krulla upp með uppstoppað ljónið sitt þegar ég las sögur hans í 1001 nótt eða ævintýrum litla prinsins. Marcelle vill helst lesa sjálf og var líka í rifrildi á móti Knopf og öskraði. Hann sá hana hanga með öðrum gaur og var að grenja. Marcelle var hins vegar einfaldlega áhugasöm og trúði því að hún væri ekki eign kærastans.

Ég gat dvalið úti og naut þess spennandi samhljóms sem tengdi mig við Bernard. Sá síðasti var sá sem við áttum.

Undanfarnar vikur höfðum við stækkað kynferðislega efnisskrána okkar og þróast þannig að ég var oftar á honum og hjóluðum á honum þegar hann sökk djúpt inn í mig undir fótum mínum. Tilhugsunin um síðustu kynni okkar dró mig niður og ég fann mig knúinn til að taka nærbuxurnar mínar og setjast hér við eldinn og slaka á. En það var svo sannarlega ekki valkostur svo ég sat í draumkenndu rými á meðan ég gleymdi bókinni minni.

Paul braut mig út úr draumum mínum þegar hann krafðist þess í tíunda sinn að jólasveinninn kæmi loksins og ég svaraði í hvert skipti að slökkva ætti eldinn fyrst til að leyfa jólasveininum að komast í gegnum arninn. Páll var reiður yfir gríðarlegu hrúgunni af glóandi viði. Svo virtist sem hann væri að leita að tækifæri til að slökkva eldinn áður en hann færi of langt. Sem betur fer var Maman þarna til að hjálpa og útvegaði heitt súkkulaði.

Við Bernard munum ekki geta hist á næstu dögum. Fjölskylduhefðin var sú að hann fór í heimsókn til ættingja sem bjuggu lengra í burtu og ég sást alltaf. Ekki hafa áhyggjur af því að leika undir trénu. Það var alltaf gaman að fylgjast með því hvernig Marcelle var áskorun að leyna hversu mikið hún hataði að tapa. Sem barn gleypti hún meira að segja hluta af teningunum í hreinni reiði til að hætta að spila.

Hins vegar myndi ég gera allt til að tryggja að tíminn sem ég gæti séð Bernard minn aftur fljúga eins hratt og ég get. Allur toppurinn á minnisbókinni minni nú þakinn stórum B, hjörtum og hjartaformum. Ég tók af spenningi í Paul og hélt honum nærri mér og velti því fyrir mér hvort hann myndi einn daginn eignast stelpuhaus á sama hátt. Hann var nógu glæsilegur og stúlkur elskuðu draumóramenn. Ég hélt það.

2. febrúar 1979

Afi minn dó. Óvænt. Eftir matinn, eins og venjulega, fór maðurinn að sofa til að fá sér lúr í nokkrar mínútur og vaknaði aldrei aftur. Hjartað, samkvæmt lækninum, gæti „hjartað" ekki verið sjúklingnum að neinu gagni. Við erum öll steinhissa og mamma hefur ekki farið úr rúminu sínu undanfarna þrjá daga. Mamma er til staðar fyrir hana á allan þann hátt sem sorg hennar leyfir og faðir minn sér um greftrunina. Ég er að gráta allan daginn og Marcelle sem ég hef ekki séð lengi er rautt auga. Paul er ákaflega truflaður því maðurinn sem hann var með var afi hans og hann fór aldrei frá hlið móður minnar.

Sem betur fer er ég blessaður með Bernard með mér, sem ég eyði meirihluta tíma míns með til að endurskipuleggja hugsanir mínar. Heima er lömunin eins og sæng yfir öllu sem fær okkur til að hugsa um afa. Börnin okkar þurftu ekki að mæta í skóla á tímabilinu eftir að faðir þeirra lést og Sarah var alltaf til staðar til að spyrja mig hvað ég hefði verið að gera. Marcelle og Knopf hafa einnig sameinast aftur og eyddu deginum allan daginn í uppáhaldshorninu sínu nálægt arninum. Aftur á móti farðu heim til vinar

míns um kvöldið, þar sem við spjöllum tímunum saman um afa minn og ég deili með Bernard skemmtilegum sögum af fjölskyldunni minni.

Í fyrstu fannst mér mjög þægilegt að þurfa að sofa hjá Bernard næstum á hverjum degi, þrátt fyrir sorg mína en truflunin var mér til góðs. Það var nauðsynlegt að geta fundið fyrir tilheyrandi tilfinningu og geta sleppt takinu, sérstaklega á þessum erfiðu tímum. Ég naut mildrar snertingar Bernards þegar ég andaði að mér ilminum hans og þráði í fanginu hans þegar ég sem ung stúlka var að æfa mig að kyssa með bangsanum mínum í heystakknum hans afa. Þá var ég einn. Afi og herra Bee voru látnir og ég var einangruð. Skarð sem bara Bernard gæti fyllt. Þetta er ástæðan fyrir því að ég drakk það fyrst, sötraði það og kórónaði síðan stilkinn með því að fylla bollann minn.

Oftast lét ég dekra við mig á óvirkan hátt, liggjandi og þreifaði á hönd Bernards. Ég elskaði hvernig hann fór í gegnum

Ég gat kannað líkama minn með því að nota hendur hans og tók á ókannuð svæði. Nýlega fannst honum gaman að setja mig á magann og leggjast endilangt á bakið og botninn á mér þegar spenntur líkami hans leitaði að röku, mjúku skarðinu í rassinum á mér. Meirihluti tímans uppgötvaði hann þá og við skulfum við tilfinninguna að ná hámarki hvort við annað.

Við kysstumst aftur alla nóttina og sátum saman í rúmi, knúsuðum hvort annað og kysstumst með því að snerta bakið, hárið eða andlit hins. Ég fann stinningu Bernards á lærinu á mér, en neitaði freistingunni að láta undan henni og lét hana renna. Mér fannst ég ekki vera í kynferðislegri nánd, ég vildi einfaldlega nánd og Bernard gerði það fyrir mig með þolinmæði og vandvirkni. Daginn eftir verðlaunaði ég Bernard með fullri athygli þar til hann varð örmagna að loka fullnægingunni særði hann.

Jafnvel með villtu næturnar sem ég hef eytt með Bernardi get ég ekki sofnað og ekki gert eitthvað sem ég gerði. Ég er svo reið innra með mér að léttir af þreytu gefa mér þyngd til að bera mig í gegnum nóttina. Marcelle er ekki eins, eins og hún viðurkenndi fyrir mér. Hún hefur líka verið unun af því að leika með fingrum sínum. Henni líkar við mig, hún tekur þessu sem leið til að slaka á á þessum erfiðu dögum. Hins vegar er Maman erfiðast. Hún þarf ekki aðeins að sjá um móður barna sinna og Paul og bróður hennar heldur þarf hún líka að horfast í augu við eigin missi. Það er ástæðan fyrir því að við Marcelle skildum bróður okkar frá henni.

2. apríl 1979

Í fyrstu hélt ég að þetta væri aprílgabb en þeir voru í raun alvarlegir. Við ætluðum að flytja til Þýskalands. Viðskipti föður míns fóru vaxandi og var að leita að aðstoðarstjóra fyrir útibúið. Þar sem það var aðeins einn maður á efsta stigi stjórnenda sem var reiprennandi í þýsku var það augljóst val. Ég var í sárri neyð. Marcelle var of hikandi við að skipta um skóla. Á meðan við gátum farið í franskan háskóla í Þýskalandi bjuggu allir bekkjarfélagar okkar og kannski Bernard hér.

Ég sat í herberginu mínu grátandi og óskaði þess að ég hefði ekki þroska ennþá. Það sem ég hefði viljað taka á loft með Bernhard til að pakka dótinu mínu og flytja inn á heimili hans. Við gætum átt rómantíska nótt í rúminu hans og reynt að ná endum saman með það sem ég fékk úr barnapössun og námsláninu sem hann tók. Þetta var lítið mál en það var rómantískt og ég var viss um að vera sáttur. En í staðinn sat ég í rúminu mínu, grét og bölvaði alheiminum.

Þriðja ástæðan fyrir flutningi okkar er ósk ömmu minnar um að búa saman með yngri systur sinni. Bærinn og húsið sem hún átti var of stórt án afa og við gátum ekki sleppt því. Það gæti líka verið leið til að flýja yfirgnæfandi tómleikann sem hafði fylgt heimili okkar frá því afi lést. Móðir mín fann líka enn fyrir missinum, sem var ástæðan fyrir því að hún hélt áfram að flytja áform föður míns. Það virtist sem allt væri í samsæri gegn mér.

Ég hef ekki enn sagt Bernard frá því og ég er ekki í aðstöðu til að tala við hann um það því ég get ekki hætt að gráta. Að vera aðskilinn frá Söru er líka ólýsanleg upplifun. Clara á samt varla eftir að sakna mín. Ég hef ekki talað við Matheo síðan við Bernard fórum að verða hlutur. Hann hefur haldið sig frá mér síðan hann sagði að hann myndi aldrei hugsa um samband. Eitt sem huggar mig er sú staðreynd að Heidi og Seppi munu ganga til liðs við okkur. Við munum ekki geta hitt þau beint og móðir þeirra vinnur líka í nánu samstarfi við mig föður og er ánægð með að geta ferðast með okkur aftur til Þýskalands til að aðstoða við að opna útibúið.

Heidi ætti að vera mjög ánægð þar sem hún var í sambandi við marga stráka í skólanum mínum og er orðin stelpa. Heidi er sögð hafa verið með Bernard í skólaveislu. En, hvað er málið með það? Það var langt fyrir okkar tíma. Tárin streyma yfir andlitið á mér og ég get ekki annað en munað hvar við Bernhard kysstumst.

Knopf er líklega meðvitaður um þetta vegna þess að ég var að horfa á hann yfirgefa svefnherbergi Marcelle. Hann virtist sýnilega niðurdreginn. Kannski heyrði hann um Ashima, litlu japönsku stelpuna í bekk systur minnar sem ég hef nýlega horft á daðra við Marcelle? Já, systir mín kemur mér alltaf á óvart. Fyrir einu ári síðan var hún hræddasti einelti í hverfinu og nú er hún að snúa hausnum á meirihluta nemenda, sama hver er stelpan eða strákurinn.

Flutningurinn er áætluð í júlí, nógu rétt til að vera tilbúinn fyrir lok skólaársins. En Paul er hjá mér fram í september, svo við getum komið okkur fyrir á nýja heimilinu og ekki leikið okkur á milli fóta foreldranna. Hún ætlar líka að hjálpa honum að læra smá þýsku því foreldrar mínir eru líka frá nágrannalandinu, sem er ástæðan fyrir því að við erum alin upp tvítyngd.

Hversu mikið ég myndi vilja vera þar þangað til skólafríinu lýkur, svo að ég geti eytt hverri stundu með Bernard. En það er frönsk akademía í borginni New York sem býður upp á kynningarnámskeið auk þess sem ég og Marcelle ættum að taka það. Ég er örvæntingarfull og yfirgefi líklega aldrei heimili mitt aftur.

12. maí 1979

Síðustu vikur liðu á örskotsstundu. Það var snemma sumars, það var meira en 20 stiga hiti um páskana og ég sat í skólanum. Á hverjum morgni taldi ég hverja sekúndu þar til ég gat fallið í faðm Bernards og við féllum í fang hans og ástvina okkar. Við áttum okkar persónulega pláss ekki nálægt vatninu í grátandi víði. Ég gat séð Bernard nakinn í fyrsta skipti þegar hann var ungbarn og ég mun aldrei gleyma upplifuninni. Það var þarna sem við kysstumst fyrst í fyrsta skipti.

Hann mundi líka eftir fyrstu kynnum okkar fyrir 11 árum síðan ég, pínulitlu nakta stúlkan sem starði á hann með óttasvip áður en hún slapp með logandi andlit. Hins vegar mundi ég eftir mörgum skiptum hans þegar hann reyndi að krossast við mig, eins og hann væri við tækifæri þrátt fyrir að ferðast með Clöru. Þegar ég var yngri hafði ég tekið ákvörðun um að vera með vinum mínum, ekki á móti Bernard og í dag leystust við okkur út fyrir tímann með því að svífa í grasinu sem var ferskt og heygarðar á bænum okkar.

Það var langt og erfitt ferli fyrir mig að útskýra fyrir manninum um fyrirætlanir foreldra okkar um að flytja búferlum. Það sló hann með ör og í nokkra daga sátum við í fangi hvors annars og grétum yfir óréttlætinu sem vildi eyðileggja gleði okkar. Svo fullvissaði Bernard mig um að næst þegar hann leitaði að skóla með mér í Þýskalandi þar til ég útskrifaðist úr skólanum og að við gætum þá snúið aftur til Frakklands. Við myndum líklega koma aftur í haust. Það fékk mig til að finna aðeins meira sátt við örlög hlutanna og leyfði mér að njóta síðustu vikna að vera tvær manneskjur.

Marcelle var þvert á móti að klofna ísinn í skiptingu við Knopf og var um þessar mundir að deita Ashima. Allir í þorpinu voru að tala um þetta og meira að segja foreldrar mínir voru að brosa. Þeir héldu að þetta væri bara kynþroska óánægja, en ég var sannfærð um að systir mín væri loksins að viðurkenna að hún væri nógu sæt til að geta fundið einn. Ég er ekki hræddur við þennan bæ og er ánægður fyrir hönd Marcelle og mér þykir það leitt fyrir þennan sæta hnapp

Það var líka. Það var samt aldrei auðvelt að slíta sambandinu, ný var sú gefandi reynsla sem ég hef upplifað.

Stundum, þegar ég sat nálægt Bernard og strauk blíðlega hárið hans ljósa, rifjaðist upp fyrir mér fyrsta elskhugi minn, Hugo, myndarlega drenginn sem bjó í götunni í bænum okkar. Hvað var tíminn þegar ég var unglingur? Um 12 ár. Hvað gerði hann nákvæmlega? Var samband við konu og var mögulega að liggja með henni núna og kyssa hann? Ég lokaði augunum og dreymdi og var að hugsa um strákana frá mínum yngri dögum og var ánægður með að uppgötva alvöru ást mína.

Ég lækkaði höndina varlega og strauk um brjóst Bernards. maginn hans sem var flatur, sat stutta stund í fallegu kviðunum og lenti svo í buxunum hans, undir þeim gat ég skynjað spennuna í líkama hans. Í hægfara hreyfingu dró ég til baka rennilásinn hans Stöng fyrir töng þar til hendurnar mínar gátu runnið í gegnum rennilásinn og inn í buxurnar hans. Svo greip ég beinan líkamann í boxerbuxunum hans og nuddaði hann varlega. Á meðan ég gerði það hallaði ég mér að andliti hans, burstaði varirnar hans með vörum mínum, kyssti hann síðan blíðlega en svo ákaft þar til hann leyfði líka höndum sínum að hreyfast um líkama minn.

Hann lyfti kjólnum mínum varlega upp yfir herðarnar á mér og kyssti nakin brjóst mín undir. Svo þreif hann neðri hlutann á mér og kreisti hann varlega með höndum sínum og dró upp fald kjólsins míns. Viðkvæmu fingurnir hans léku sér að brúnum buxna

minna áður en hann fór úr þeim, losaði beltið, tók af honum buxurnar og lét mig sjá að haninn á honum var farinn að slá.

30. júní 1979

Ég er núna sextán. Fimmtán ára líður manni eins og barni, en ég er orðinn fullorðinn núna, eða að minnsta kosti nálægt því, og það er gott. Haldið var upp á afmælið mitt við vatnið. Eins og áður átti einn okkar hins vegar ofurnútímalegt segulband sem hægt er að nota til að spila lög. Hins vegar, þar sem við áttum allar svona segulbandssnældur og gátum bara hlustað á útvarp á henni, og upplifunin var alveg yndisleg.

Söru og systkini hennar færðu mér gjöf fransks borgarleiðsögumanns auk lestarmiða svo ég gæti snúið aftur til Frakklands fyrir mun lægra verð. Ég velti því fyrir mér hvort Clara myndi virkilega vilja að ég kæmi aftur oft, miðað við svipinn sem hún sýndi Bernard með mér í fanginu, en Sarah fór að gráta þegar hún gaf mér gjöfina. Ég var líka nálægt því að tárast þegar ég hugsaði um væntanlega brottför okkar og mörg ár sem við vorum bestu vinir.

Heidi rétti mér litlar svartar blúndunærbuxur, sem og samsvarandi bustier, sem var þakin bleikum pappír sem gífurlegur súkkulaðibútur. Strákarnir voru svimandi og stelpurnar vildu klæðast því strax. Hins vegar var ég kvíðin að vera í návist þeirra allra í nærbuxunum. Mátuninni var frestað þar til seinna um kvöldið og ég var að vona að Bernard myndi taka af mér nærbuxurnar eins fljótt og hægt var. Seppi var með systur sinni og tók Vivien með sér ásamt stelpu úr skólanum mínum með stór blá augu og sítt ljóst hár. Ég hefði gjarnan viljað komast að því hvort þau væru gift, það var ekkert sem benti til þess.

Það kom mér á óvart þegar ég var hissa með afmælisbréfi frá ástkæra hátíðarfélaga mínum Andreu. Við skiptumst oft á bréfum fyrstu tvo mánuðina eftir brottför okkar frá Allessio og að lokum lauk bréfaskiptum og ég sat eftir með góðar minningar um fallega Ítalann. Hvað var klukkan? Fjögur ár? Ég sat í draumi og penslaði blýantsskrift ferkantaðs drengs og hugsaði um rómantísku augnablikin sem ég átti þar

Brött strandlengja fyrir ofan pínulítinn bæ við sjóinn. Ég var bara tólf á þeim tíma og var svo kynþokkafullur í fanginu á honum og með varirnar þrýstar að hans.

Yngri systir mín var ófeimin að leika sér með Ashima skemmtun fyrir hina strákana sem voru þarna. Hún gaf mér hálsmen úr perlumóður og onyx flögum sem hún fann á antíkmarkaði. Hálsmenið skar sig fallega upp við hvíta skyrtuna mína og eins og stelpurnar voru einróma sammála um, myndi það passa fullkomlega þegar það var parað með dökkeygðum augum. Ég hélt á yngri dóttur minni, kyssti ungleg, sterk brjóst hennar og ég hugsaði um pínulitla drenginn sem var fljótari strákur sem ég sá þarna uppi. Þá var hún ung og aðlaðandi með sítt hár, með græn augu og rauða lokka sem aðeins Ashima virtist laðast að.

Hvenær tók hún þá ákvörðun að slíta sambandi sínu við strákana, eða var þetta bara tímabil, eins og mamma trúði? Ég upplifði líka fyrstu kynferðislegu kynni mín í gegnum nána vinkonu mína Söru sem var elskhugi minn, kyssti hana við að snerta mig og jafnvel gata mig, þó fyrst og fremst ástríða mín var fyrir karlmennina sem ég átti í lífi mínu.

Stelpurnar voru að leika sér í bakgarðinum ásamt Hugo, sem var að verða gamall og lá á bakinu og slakaði á maganum til að bursta, á meðan strákarnir sátu í kringum grillið og ræddu um bestu aðferðina til að elda kjöt. Mér var alveg sama þar sem ég hafði ekki fengið kjöt í langan tíma og skipt út sveppum og grænmeti sem var pakkað inn í álpappír og sett á grillið ásamt pylsunum. Amma hafði búið til sína frægu köku og Maman eldaði crepes og bökur fyrir alla gesti. Þetta var yndislegur dagur sem endaði í faðmi Bernards.

20. júlí 1979

Afmælisgjöf handa Bernard vini mínum var síðasta ferðin saman áður en við foreldrar mínir, Marcelle, fluttum til Þýskalands. Félagi minn var búinn að pakka niður í nestiskörfuna og við hjóluðum til Grasse með undrun yfir því hvar við myndum gista. Á meðan við hjóluðum heimsóttum við ýmis vötn, syntum nakin eða gengum í þykkum engjunum. Veðrið var með besta móti og loftið ilmaði ferskt af sumri og í stuttan tíma gat ég ekki gleymt því að það var kominn tími til að fara heim.

Þegar sólin settist þegar við keyrðum í átt að litlum bæ, í raun þorpi, og í útjaðri þess var sambærilegur bær og okkar, skorsteinninn, var reykurinn hvítur. Bernard kom inn og spurði mömmu hver væri sá sem opnaði hurðina hvort við vildum vera yfir alla nóttina inni í hlöðu. Hún sneri sér að mér og sneri sér svo að Bernard brosti og bauð

okkur svo að vera með sér í kvöldmat. Húsið sem hún bjó í var heimili hennar með eiginmanni sínum sem og barnabarni.

Við Bernard vorum vakandi allt kvöldið í heyböggunum og kysstumst fram undir morgun. Ég lærði seinna að Susette horfði á barnabarn hennar. Susette framreiddi einnig krakkana morgunmat. Hún spurði okkur líka hvort við vildum vera. Við vorum ekki að skipuleggja neitt og völdum að skoða svæðið með Susette. Við gengum í gegnum lavender-akrana og stoppuðum á hvaða stað sem við vildum.

Susette var glæsileg ung kona á mínum aldri með svart hár sem var stutt og fallegustu varir sem ég hef séð. Við urðum ástfangin strax í upphafi og Bernard elskaði hana líka. Leiðin sem Bernard gaf Susette var mér þó dálítið særandi, við vorum gestir á heimili hennar og ég var heillaður af fyndnum hætti hennar að sýna okkur húsið sitt. Það var heitur sumardagur og við lágum í skugga risastórs álmartrés aðeins nokkrum metrum frá gististaðnum. Susette fór úr fötunum og lagðist nakin í grasið til að slaka á. Mér brá, en

Hún var líka hrifin af töfrandi líkama sínum, grannri mynd sem og pínulitla svarta þríhyrningnum sem hún prýddi í kjöltu sér.

Bernard brosti til mín og eftir það fór hann í nærbuxurnar. Hann staldraði við í nokkrar sekúndur áður en hann fór að lokum úr þeim, áður en ég hjálpaði honum að fjarlægja fötin mín. Við vorum þrjú í sólinni á grasi, nakin og í sólbaði. Susette lá niður og starði látlaust á mig. Bernard lá á bakinu, augun lokuð með handleggina krosslagða yfir brjóstið og fallegur líkami hans virtist vera örlítið uppréttur. Augnaráð Susette var mér ekki skemmtilegt. hún horfði á mig og byrjaði að nudda líkama hennar með höndunum.

Sjaldan hefur það heillað mig eins mikið að sjá naktar konur og Susette njóta sín í snípinn. Susette virtist vera sama um að ég fylgdist með henni og ég fann mig íhuga að snerta hana. Hún lá aðeins nokkra sentímetra frá mér og hún blikkaði ekki fyrr en hún fann að höndin mín snerti magann hennar eða brjóstið. Um leið og ég lagði höndina á hana, jók hún handahreyfinguna og andaði dýpra, stundi og hneigði síðan höfuðið. Þá var Bernard meðvitaður um nærveru okkar, hallaði sér fram af agndofa og ég sá typpið hans rísa að fullu.

Við deildum síðan hvort öðru, kysstum hvort annað, leyfðum okkur snertingu hins og áttum gleðistundir sem ég hafði aldrei upplifað áður. Við vorum samtvinnuð og létum undan lönguninni til að sameinast hvort öðru. Við stelpurnar söfnuðumst í kringum Bernard með því að hylja líkama hans með okkar eigin þegar við föðmuðum hann, kysstum hann á meðan við sváfum tvö saman, fyrst með mér og síðar með Susette og við kysstumst.

8. ágúst 1979

Við höfum verið í fjögurra herbergja húsi í pínulitlum þýskum bæ undanfarna viku. Íbúðin er aðeins nokkrar mínútur frá nýja skólanum sem við erum í. Hins vegar er allt öðruvísi en heima. Ég sakna túnanna, skóganna sem og tjörnarinnar okkar síðast en ekki síst, Bernard sem og Söru. Leiðin sem þau fóru var hjartnæm. Við grétum í marga daga. Ég var að gráta í fanginu á Bernardi, loðaði við hann og hélt honum nærri mér. Við vorum ástfangin tímunum saman, bundin af sorginni yfir því að fara með þrá eftir næsta fundi okkar sem var eftir nokkra mánuði.

Mér leið ekkert öðruvísi en Söru. Við vorum í háaloftinu hennar tímunum saman og horfðum á ljósmyndir af samverustundum okkar, við grétum og hlógum og hétum því að vera vinir að eilífu. Það var blessun að ég átti lestarmiða Clöru. Þvílík synd að ég nýtti það ekki um leið og lestin kom til Þýskalands og sneri svo aftur til Bandaríkjanna til foreldra minna, en þau ákváðu að fá sem mest út úr flutningnum. Einnig var bærinn til sölu. Amma mín var að flytja inn á heimilið með systur sinni og hafði komið með Hugo, og Paul ásamt henni.

Búist var við að Paul myndi dvelja í Frakklandi í sumar. Mamma ætlar að sækja hann um miðjan ágúst. Ég vonast til að vera með henni. Við verðum að fara Hugo með ömmu. Hann er of gamall til að flytja og gæti ekki stjórnað í borg. Ég sakna hans og þrái að vera heima. Nýja húsið var góð kveðja, en ég held mig fjarri þýskum nágrönnum mínum.

Marcelle hefur einnig ákveðið að hætta. Ég er ekki viss um að hún sé að sakna Ashimu á sama hátt og ég sakna Bernards og kannski Knopf sem gaf henni rósina og kveðjubréf sem hún sagði ekki orð um. Örfáum dögum eftir komu fjölskyldu okkar byrjaði hún að læra á píanó. Nágranni aðeins nokkrum húsum frá skildi eftir skilaboð á ganginum okkar. okkur til ánægju skráði systir mín.

Eftir komu okkar héldu nágrannarnir móttökuveislu, aðeins okkur Marcelle var boðið. Eftir því sem ég heyrði mun það hafa verið mjög heitt og faðir minn var að sögn ósáttur daginn eftir. Nágranni sem ég sá hann hvísla að Maman og er talið að hann eigi tvær konur. Annar er málari samkvæmt því sem Marcelle sagði mér í gær. Hann sagðist hafa leitað til hennar til að vera fyrirmynd hans og boðið mér að vera með sér. Ég hef ekki áhyggjur af þessu en ég er að hugsa um að ganga til liðs við Marcelle á vinnusvæðinu hans einhvern tíma.

Ég er þakklát fyrir að skólinn er ekki að byrja ennþá og ég er ekki viss um að ég viti hvað ég ætla að gera með allan tóman tíma. Ég er í svefnherberginu mínu í langan tíma, sigta í gegnum gömul bréf í von um að fá nýtt eftir Bernard og Söru í náinni framtíð. Stundum loka ég mig við rúmið mitt og hugsa til baka til sumarsins með Bernard og Söru, liggjandi í stráinu og finn engi sem eru rakar undir fótum mínum og horfi á skýin reka yfir bláan himininn. Hann er í mér og okkur þykir vænt um hvert annað. Það er ekki óalgengt að ég taki augnablik til að koma en ég eyði yfirleitt helmingi tímans í að strjúka mér. og ég er svo leið yfir engan til að deila lífi mínu með.

Heidi og Seppi búa innan nokkurra húsa. Við höfum heimsótt að minnsta kosti þrisvar á síðustu dögum. Þeir eru eini hlekkurinn minn við þjóð sem er mér framandi land og sem ég get talað tungumál á, hvernig sem það er eins og tunga mín sé flækt í hnútum. Heidi var þegar í sambandi í sambandi við nágrannastráka og þegar Seppi fór frá mér eftir síðasta skiptið sem hann heimsótti, hélt ég að ég fyndi eitthvað dofinn í lærinu á honum. Ég er einmana.

1. október 1979

Ég hef áhyggjur af Marcelle. Barnið er um þessar mundir með karlmanni heima hjá okkur, sem er sagður vera málari eða ljósmyndari. Hann er líklega þrítugur, sem er miklu eldri en hún. Nýja vinkonan hennar úr skólanum Sophie er líka oft til staðar en ég sé ekki neitt samband á milli þeirra. Ég var þarna einu sinni vegna þess að maðurinn vildi teikna skissur af okkur. Marcelle bað mig um að koma til að vera með. Þegar hann bað okkur um að fara úr fötunum, fór Marcelle úr fötunum sínum hraðar en ég gat jafnvel sagt nei og maðurinn var rólegur og skapaði ekkert mál þegar ég bað systur mína að taka úr nærbuxunum.

Svo virðist sem málarinn hafi sannfært mömmu um að kaupa fyrir okkur annan hund. En ég held að Marcelle hafi getað mútað honum á einhvern hátt. Ef ég hefði vitað hver var aðferðin? Að öllum líkindum heitir þessi hundur Matty og hann er White West Highland Terrier. Marcelle er heltekin af boltanum og ber hann með sér hvert sem er. Hún var aldrei góð við Hugo2 Hins vegar er Matty svo krúttlegur og unglegur að við getum ekki annað en deilt um hver er sá sem fær að kyssa boltann.

Amma sagði að flutningur hennar inn í húsið ásamt yngri systur sinni hefði verið henni til góðs og hún sagði að öllum liði mjög vel og spurði hvort við værum ekki búnar að koma okkur fyrir. Marcelle gerir það greinilega, sérstaklega þegar ég sé hversu mikinn tíma hún hefur að leika með Sophiu sem og listamanninum. Pabbi verður að vinna oft og er fljótlega að leggja af stað í opinbera ferð. Mamma reynir að vingast við konur frá svæðinu, en hún nær ekki árangri. Annar maður er alltaf í eldhúsinu, veitir þjónustu sína eða reynir að aðstoða okkur við erindi okkar í bílnum sínum. Þjóðverjar eru fyndnir menn Þeir eru miklu kurteisari en ég bjóst við.

Paul er í öðrum bekk og það virðist sem Paul hafi ekki vitað neitt um breytinguna. Hann er kunnugur flestum krökkum á hans aldri í samfélaginu okkar og fékk nýlega fyrstu skólatilkynningu frá foreldrum sínum þar sem hann var í skólanum með nýja besta vini sínum.

Aðstoðarmaður kennarans lagði ull á skrifborð kennarans. Ég er eina manneskjan sem er ókunnug í heiminum, langar að vera með fjölskyldu minni og vinum, og síðast en ekki síst fyrir Bernard líkama hans, ást hans. Ég er lánsöm að eiga Heidi sem ég er oft með. Svo virðist sem hún hafi tekið myndina sína eftir listamannstegundinni. Marcelle tók það ekki út. Kannski ég spyr hana.

Hins vegar er þetta flóknara með Seppi. Síðan við fluttum til Þýskalands hefur Seppi sýnt mér áhuga. Hann ráfar oft um hverfið, er hjá systur minni, eða jafnvel ávarpar bekkjarfélaga mína í skólanum. Heidi gæti hafa sagt honum að ég hafi áður haft mikið aðdráttarafl að stráknum, en þar sem ég er byrjuð að deita Bernard og hann hefur verið með mér í nokkurn tíma, þá er það farið. Ekki svo fyrir Seppi. Seppi er stundum í nálægð við mig. Hann er ekki hræddur við að kyssa mig á kinnina til að heilsa mér. Ég er ekki enn að segja neitt, en ég er ekki alveg sátt við þetta, sérstaklega vegna þess að eitthvað í mér virðist vera forvitnilegt og æsir mig alltaf þegar hann nálgast mig. Hins vegar hef ég ekki áhuga á neinni annarri manneskju eins og Bernhard í lífi mínu.

Nágrannarnir sem eru fyrir ofan okkur eru ákaflega skrítnir. Enn þann dag í dag veit ég ekki hver býr þar og með hverjum. Stundum tek ég eftir einni konu sem eyðir meirihluta tíma síns sitjandi á svölunum, klædd næstum gegnsærri vanrækslu. Önnur Natalie gæti verið herbergisfélagi hennar eða vinkona og svífur líka um í hálfnaktri stöðu og hefur sést með málara sem er til og frá þessari íbúð eins og eiginmaður konunnar í vanrækslunni, og ég tel að sé Karl. Íbúðin er kannski ekki nógu stór fyrir fjóra. Kannski hefur Marcelle meiri upplýsingar.

11. KAFLI

10. nóvember 1979

Bernard kom í heimsókn til mín í haustfríinu. Hann var útskrifaður úr skólanum og yrði bráðlega krafinn um að gegna herþjónustu ef hann fengi ekki tækifæri til að halda áfram námi í Þýskalandi á réttum tíma. Hann var enn að læra þýsku og vonaðist til að nýta frívikuna til að nýta nýja færni sína í tungumálinu. En við vorum varla komin út úr svefnherberginu mínu. Að undanskildum máltíðum og nokkrum samtölum Heidi og Seppi. Við gerðum verkið í rúminu mínu eins og við hefðum aldrei gert þetta áður og aldrei aftur. Bernard var heltekinn og ég gat ekki verið ánægður með hann heldur og sveipaði líkama mínum í kringum hann þegar ég saug hann upp og þoldi mest spennandi fullnægingu sem ég hef upplifað.

Stundum bankaði Marcelle, lokaði augunum þegar hún kom inn í rýmið og opnaði síðan gluggana með prýði þar sem hún þoldi ekki lyktina af kynlífi. Oftast var hún að leita að láni hjá mér eða spurði einhverra spurninga, en hafði ekki áhyggjur af því að sjá Bernard nakinn. Það komu stundum þegar hún sá hann í fanginu á mér og hunsaði okkur síðan þegar hún var að tala um daginn sinn, eða dró nokkrar af bókunum sem ég átti í hillunum og fór svo út úr herberginu án þess að segja orð. Hún kom líka í veg fyrir að Páll elti hana og hélt okkur líka félagsskap.

Pabbi var oftast að vinna, Maman var ein heima þegar hún var úti í bæ eða fékk einn nágranna í heimsókn. Stundum kom málarinn og kom með blóm eða skissur og sveipaði svo mikið að það var næstum óviðráðanlegt. Ég hélt að ég gæti fundið stinningu hans undir smokk málarans hans. Lítil hrós hans voru svo hrópandi. Hins vegar hunsaði Maman manninn náðarsamlega og bauð honum að borða kvöldmat með sér eða opna vínflösku. Ég er viss um að hún hefði ekki verið svona góð við hann hefði hún vitað um leikina sem hann spilaði með Marcelle á þeim tíma sem hún heimsótti vinnustofuna hans.

Marcelle málaði oft af eiginmanni sínum, annað hvort ein eða við hlið Sophiu félaga sinnar. Stundum jafnvel nakinn, eins og

Hún sagði mér nýlega frá þessu og virtist ekkert smá skammarleg. Ég yppti bara öxlum og tók eftir því að ég ætlaði að reyna að tala við hana þegar ég hefði tækifæri til, en nærvera Bernards var truflun.

En ég opinberaði honum ekki kossinn sem Seppi gaf mér nokkrum dögum fyrir komu Bernards og sem ég hafði snúið aftur til. Kossinn varði aðeins í nokkrar sekúndur áður en ég dró Seppi í burtu, hræddur og grátbiðjandi um að segja engum frá atvikinu. Hann hló í fyrstu en sagðist svo ekki ætla að tala við neinn um það. Ég gat ekki skilið kossinn, svo ég ýtti hugsuninni til hliðar.

Þegar Bernard þurfti að keyra enn og aftur fór ég með hann á stöðina, þar sem við lágum í faðmi hvor annars í um það bil klukkutíma, sulluðum og blótum að eilífu ást. Hjartað í mér hljóp þegar ég sat með varirnar hans á eigin spýtur í síðasta sinn og íhugaði það sem hann gerði með því að setja varirnar á milli fótanna á mér nokkrum klukkustundum áður. Hiti af raka og hlýju sprakk í fangið á mér og ég færði tunguna snöggt inn í munninn á kærastanum mínum og þrýsti höndunum að upptréttum líkama hans. Við sáumst ekki í annað sinn fyrr en í mesta lagi um jól, sem var stutt.

Heima stóðst ég ákalli Seppi til mín um að hann vildi vera með mér í unglingaflokki skólans okkar. Ég vildi ekki vera í félagsskap í morgun og mér fannst ég örugglega ekki þurfa að halda honum frá mér því ég hafði áhyggjur af því að Seppi gæti hafa misskilið kossinn hans og var bara að bjóða honum að halda áfram að daðra við mig. Kossinn þýddi ekkert fyrir mig, þetta var bara villa, hugsanlega vegna einmanaleika og þrá eftir Bernard. Það er það sem ég hugsaði með mér.

23. desember 1979

Ég svaf ekki saman með listamanninum. Ekki var um að ræða slys eða kynferðislegt ofbeldi þó ofbeldi hafi verið í gangi. Ég vildi hafa það allan daginn þar til blóð fór að streyma í gegnum kynfæri mín og rassinn og ég gat ekki verið kyrr í meira en þrjá daga. Nú skammast ég mín og þoli ekki að fara út og vara mig fyrir öðrum. Þetta var eins og stuð sem breyttist í óviðráðanlega timburmenn, alvöru, algjörlega með ógleði og höfuðverk. Ég var yfirfullur af stjörnum þegar málarinn setti mig á teikniborðið sitt og fjarlægði mig aftan frá.

Það byrjaði með hrekkjavökuveislu heima hjá okkur. Eiginkonu Alinu Karls og hugsanlega elskhugi málarans var boðið. Þetta tilefni mættum við Marcelle. Þemað í ár

var „Lísa í Undralandi“ og ég klæddi mig sem vitlaus úrsmið með tvö heyrnartól ásamt því að festa armbandsúrið hans pabba á brjóstahaldarann og vera með samsvarandi sokkana. Marcelle setti ýmis spil yfir magann, bringuna og kynþroskasvæðið. Hún var með litla kórónu á höfðinu og öskraði á hvaða karl sem horfði á hana lostafullur til að láta fjarlægja höfuðið.

Auðvitað hefðu foreldrar okkar ekki samþykkt að gera þetta, ásamt Paul fóru þau að heimsækja ömmu sína sem gat ekki verið með okkur um jólin. Hné hennar þoldu ekki að ferðast svona lengi og við höfðum ekki efni á neinum hléum um miðja jól. Svo ég sagði við mömmu að hún myndi passa Marcelle og fullvissaði pabba um að hann þyrfti engar áhyggjur af fallegu dótturinni. Í dag neyðist ég til að brosa að þessum orðum og spyrja mig síðan hvern ég var að reyna að blekkja.

Aline klæddi sig eins og Alice og líktist grunnskólastúlku sem gekk í bæinn. Eiginmaður hennar var með yndislegan hani sem var bundinn við sinn eigin hana og var með broskalla grímu. Ung kona þekkt sem Natalie birtist sem talandi blóm klædd nöktum líkama skreyttum laufum, blómum og ávöxtum. Málverkafélagi hennar, sem var ekki dulbúinn, bar myndavél um hálsinn á sér og var að taka myndir af öllu.

var tekin fyrir linsu hans. Þessar myndir leiddu mig að lokum inn í ljósmyndastofuna hans.

Í raun og veru var ég bara að reyna að minna hann á að sýna þeim engar myndir af okkur frá veislunni. Hann sagðist ætla að gera það en vildi svo að ég yrði fyrirmynd viðskiptavinar sem hann vildi sýna okkur systur mína sem olíumálverk sem hann gæti ramma inn í stofunni sinni. Eftir smá hik samþykkti ég að ég væri sannfærð um að fá mér eitt glas af víni og svo líkjör, svo Schnapps þar til við vorum nakin fyrir framan teikniborðið hans og ég liggjandi á hvolfi með fæturna út og hann með stóra málningarpenslann í mér. læri. Í dag er ég ekki viss um hvers vegna ég var svo heillaður af öllum myndunum úr "Lísa í Undralandi" orgíunni sem og erótísku list hans og þrá hans eftir Bernard hafa gert hormóna mína lausa. Þegar ég loksins stóð fyrir framan hann, nakinn og drukkinn og með glæsilega hanann hans á vörum mínum og handleggina þrýsta að brjóstunum á mér, fannst mér ég fyllast að barmi og öskra á fjandann sem ég fengi bara frá fagmanni.

Og Fuller The Fuller, eins og fólk vísaði til hans, greip mig með kröftugri stöðu sem olli því að hnén á mér veiktust og geirvörturnar sársaukafullar. Maðurinn barðist við

mig af krafti sem fannst í unglegum líkama mínum, fyllti mig orku, sprakk mig og flæddi síðan út um hverja holu í líkama mínum. Þegar ég hristi handleggina aftur þá hrifsaði maðurinn mig upp eins og ég væri fjötur og þrýsti honum í mig út fyrir mörkin, barði rassinn á mér með hinni hendinni og kallaði mig svo skítuga druslu sem jók bara ánægju mína.

15. janúar 1980

Blóðtíminn minn var seinn í 3 daga. Venjulega ganga dagarnir mínir alveg eins og klukka. Létt togtilfinning í neðri kviðnum gefur til kynna hvað er að gerast og svo taka það nokkra daga og þá byrja blæðingar. Það varir venjulega í fimm daga og þá byrjar hringurinn. Ég hef aldrei upplifað nein óþægindi öfugt við Marcelle sem liggur í fósturstellingu í viku. Hins vegar í þetta skiptið fylgdi augnabliki með mikilli löngun ekki neinni tilfinningu um að toga inn í kviðinn, ekkert blóð og ég er með læti.

Það óheppilega er að Bernard gat ekki komið í heimsókn til mín yfir jólafríið. Elsta systir hans hafði verið gift áður og gat ekki sætt sig við fjarveru hans. Þess vegna myndi ég hanga með Heidi og fara á nokkur stefnumót með Seppi án þess að mikið væri um að vera eða skrifaði langar athugasemdir stílaðar á Söru eða Bernard. Sarah átti fyrrverandi kærasta og virtist mjög ánægð í bréfum sínum. Þetta var mjög ánægjulegt fyrir mig en það varð til þess að ég áttaði mig líka á því hversu einmana ég var, án eigin kærasta. Ég hélt mig fjarri málaranum eftir atvik á vinnustofu hans. kynlífsfundurinn við hann hafði truflað mig endalaust. Ég gat ekki réttlætt skyndilega löngun mína og ég ætlaði ekki að gefa til kynna að það gæti verið endurtekið.

Nágrannar mínir voru sem betur fer í fjarlægð og sögðu þeim ekki frá búningaveislunni okkar eða því að við værum þarna. Guði sé lof, því myndirnar sem ég sá á myndunum af Fuller einum nægðu til að fara með Marcelle og mig í heimavistarskóla það sem eftir var af dögum okkar. Ég á aðeins nokkur brot af minningum, og þau eru að höggið var of sterkt og þessar litlu hvítu sígarettur gerðu kvöldið óskýra. Ég hafði verið með Peggy sem var kona á mínum aldri sem var hjá umsjónarmanni hans. Þetta var aðlaðandi og sterkur og vel byggður maður þekktur sem Liam. Stúlkan var frekar gróf en mér var alveg sama, ekki á þeim tíma.

Liam kom seinna og hann bauð okkur stelpunum að drekka nokkur glös af bragðlausum, örlítið beiskum vökva og byrjaði svo að afklæðast með maka sínum fyrir

framan. Á þessum tímapunkti var Marcelle aðeins með lítið spil eftir á líkamanum. Ég fann mig knúinn til að sýna henni samstöðu. Ég fjarlægði líka síðasta fötin mín. Fullorðna fólkið í kringum okkur leit ekki einu sinni á okkur. Stundum komu Alina og Natalie til að biðja um hjálp eða klappa á uppréttan sólóvöðva Liams og fóru svo í burtu. Stelpurnar hlógu og settust niður til að dekra við uppáhaldsfélaga Liams eins og hægt var.

Á tímamótum áttaði Marcelle sig á því að hún hefði verið nóg af hani og gekk í burtu. Af myndunum af Fuller dögum síðar dvaldi hún það sem eftir var af nóttinni með Natalie í sófanum, tók eyðslusamar stellingar og naut sín fyrir framan myndavél kærasta síns. Það var gott að hún skemmti sér. Hins vegar, leyfðu Liam og félaga hans að ráðast á mig og nota líkama minn sem var varla geðveikur þegar ég var á því augnabliki. Nú get ég ekki borið kennsl á hver skaðaði mig og á hvern hátt get ég ekki sagt hvort það voru máluðu neglurnar á Peggy eða harða, langa hanann hennar Liam sem vaknaði daginn eftir með óþægindi í hverri sprungu.

Á heildina litið, á síðustu þremur mánuðum, hafði ég upplifað óvarið kynferðislegt samband við þrjá karlmenn, kynferðislegt samband eins og kanínu við Bernard sem og viðbjóðslegt kynlíf með Liam og sem þræll Fuller. Þrír menn sem trúlofuðu mig án hömlunar og gætu verið ástæðan fyrir því að ég var 3 daga frestur.

10. mars 1980

Sem betur fer, falsk viðvörun. Blóðtíminn minn byrjaði viku of seint og svo hætti hann tveimur dögum áður. Það er eitthvað ekki í lagi. En ég er ekki ólétt og ég er þakklát Guði fyrir þetta. Þetta var tilfinningaþrungin saga undanfarna daga þar sem ég var dauðhrædd við að trúa foreldrum mínum að ég gæti eignast barn og hvað faðirinn héti.

Auðvitað hefði ég gert hvað sem er til að fá það frá Bernard en ég gat ekki verið viss. Bernard og ég voru allt of ungir til að eignast börn, á meðan karlarnir í kringum okkur voru vanhæfir sem fyrirvinnur ef um fæðingu barns var að ræða. Fuller var áhugaverð manneskja sem var dásamlega dónalegur, en líka lúmskur þegar ég heyrði hann tala um verk sín en hann var of gamall og óútreiknanlegur þegar kom að því að umgangast konur. Liam var þvert á móti filou og óþjálfaður gaur sem meiddi mig í miðri veikleika, hugsaði ekki um afleiðingarnar.

Það var gleði að uppgötva blóð í sokkabuxunum mínum, ég faðmaði systur mína sem var þarna, og kreisti hana. Ég hló þegar hún ýtti mér frá mér í ofvæni og spurði hvort ég hefði það gott. Þess í stað svaraði ég að mér hefði aldrei liðið betur og yfirgaf baðherbergið með gleðitilfinningu sem ég hef aldrei fundið fyrir fyrir blæðingar. Heimurinn beið eftir mér og ábyrgðin var tekin úr huga mér en viðvörunin var augljós. Ég þurfti að breyta einhverju varðandi viðhorf mitt til karlmanna, til kynlífs, gagnvart samböndum mínum.

Ég var undrandi á vilja mínum til að vera þræll annarra manna og hversu mikið langaði til að vera náinn, hvort sem það var beint frá Bernard eða ókunnugum. Ég hafði elskað, ekki ég var himinlifandi yfir því að hafa dekrað við einhvern sem var reyndur eins og Fuller og hreina geðveikin sem Liam notaði mig með, jafnvel þó að ég hafi aðeins getað munað óljóst eftir atvikinu. Ég var skyndilega haldin þörf fyrir að sanna mig, að vera meðvitaður um mátt minn og hæfileika sem ég þurfti að nýta til að hafa áhrif á karlmenn. Líkaminn minn hafði allt í einu stjórn

Síðan tók ég við og setti reglurnar sem ég þurfti að fylgja þegar ég komst í snertingu við kynlífið.

Ég sá eitthvað sem var svipað og Marcelle þótt hún væri aðeins eldri, allt of ung til að hugsa um kynhneigð, en hún dýrkaði að geta látið Fuller teikna hana og taka myndir af henni nakinni. Hún var súr fyrir að vera meðhöndluð af bæði stelpum og strákum til að nudda húðina á þér. Sem unglingur hefði ég ekki getað talað opinskátt um drauma mína og ástríður eins frjálslega og Marcelle gerði. Marcelle hikaði ekki við nein smáatriði, þó hversu náið samband hennar við Knopf og Ashima og nýjasta rómantík hennar við Sophie kom einnig fram í sögum hennar jafn oft og ævintýri hennar með Natalie í kjólahátíðinni fyrir jólin.

Ég upplýsti hins vegar engum um hugmyndir mínar, tilfinningar og langanir. Ég svaf í næði frá sterkum handlegg Bernards, hani hans, og rómantíkin okkar og ég opinberaði engum að ég laðaðist að karlmönnum utan hringsins míns, sama hvernig ég gat borið kennsl á þá persónulega eða ég sá þá brosa af handahófi á mig á götunum. Það var leyndarmál sem ég hélt eins og kvíðanum yfir því að verða ólétt vikuna áður. Þvílík synd að ég átti ekki Paul yngri bróður minn sem gekk í gegnum daginn, óáreittur af tilfinningum og hormónum og hafði gaman af því að hlæja og skemmta sér yfir öllu sem hann sá á ferðum sínum og eyða aldrei tíma í að hugsa um daginn sem kom. Gleðilega æsku.

ENDIRINN

www.ingramcontent.com/pod-product-compliance
Lightning Source LLC
LaVergne TN
LVHW082040051026
849532LV00011B/3429